நேர
நிர்வாகம்

'பிரையன் டிரேசி நூலகம்' என்ற தலைப்பில் மஞ்சுள் பப்ளிஷிங் ஹவுஸ் தமிழில் வெளியிட்டுள்ள பிற நூல்கள்

1. தனிநபர் வெற்றி
2. தலைமைத்துவம்
3. ஊக்குவிப்பு
4. விற்பனையில் வெற்றி
5. சந்தை நிர்வாகம்
6. நிர்வாகத் திறமை

நேர
நிர்வாகம்

பிரையன் டிரேசி

தமிழில்: நாகலட்சுமி சண்முகம்

MANJUL

மஞ்சுள் பப்ளிஷிங் ஹவுஸ்

First published in India by

MANJUL

Manjul Publishing House

Corporate and Editorial Office

• 2nd Floor, Usha Preet Complex,
42 Malviya Nagar, Bhopal 462 003 - India

Sales and Marketing Office

•C-16, Sector 3, Noida, Uttar Pradesh 201301 - India
Website: www.manjulindia.com

Distribution Centres

Ahmedabad, Bengaluru, Kochi, Kolkata, Chennai,
Hyderabad, Mumbai, New Delhi, Pune

This edition first published in India in 2018
Tenth impression 2026

ISBN 978-93-87383-46-3

Translation by Nagalakshmi Shanmugam
Editing and layout by PSV Kumarasamy

Printed and bound in India by Repro India Pvt. Ltd.

உள்ளடக்கம்

முன்னுரை

நீங்கள் உங்கள் தொழில்வாழ்க்கையில் கடைபிடிக்கின்ற பல்வேறு பழக்கங்களைப்போல, உங்கள் நேரத்தை நிர்வகிப்பதற்கான உங்கள் திறனும் உங்கள் வெற்றி/தோல்வியைத் தீர்மானிக்கிறது. நேரம் இன்றியமையாதது. பலவற்றைச் சாதிப்பதற்கான மூலவளங்களில் ஒன்று அது. இந்த வளத்திற்கு எந்த மாற்றும் இல்லை. நேரம்தான் உங்களுடைய பொன்னான பொக்கிஷமாகும். அதை உங்களால் சேமிக்கவும் முடியாது, அது ஒருமுறை தொலைந்து போய்விட்டால் அதைத் திரும்பப் பெறவும் முடியாது. நீங்கள் செய்கின்ற எல்லாவற்றுக்கும் நேரம் தேவைப்படுகிறது. நீங்கள் உங்கள் நேரத்தை எவ்வளவு சிறப்பாகப் பயன்படுத்துகிறீர்களோ, நீங்கள் அவ்வளவு அதிகமாகச் சாதிப்பீர்கள், அவ்வளவு அதிகமான வெகுமதிகளைப் பெறுவீர்கள்.

உச்சபட்ச ஆரோக்கியத்திற்கும் தனிப்பட்டச் செயற்திறனுக்கும் நேர நிர்வாகம் இன்றியமையாததாகும். உங்கள் நேரமும் உங்கள் வாழ்க்கையும் எந்த அளவு உங்கள்

கட்டுப்பாட்டில் இருப்பதாக நீங்கள் உணருகிறீர்களோ, அந்த அளவு உள்ளார்ந்த அமைதியையும் இணக்கத்தையும் மனநலத்தையும் நீங்கள் அனுபவிப்பீர்கள். உங்கள் நேரம் உங்கள் கட்டுப்பாட்டில் இல்லை என்ற உணர்வு, மன அழுத்தத்திற்கும் கவலைக்கும் மனச்சோர்வுக்குமான முக்கியக் காரணியாக இருக்கிறது. உங்கள் வாழ்வின் முக்கியமான நிகழ்வுகளை எவ்வளவு சிறப்பாக உங்களால் நிர்வகிக்கவும் கட்டுப்படுத்தவும் முடிகிறதோ, ஒவ்வொரு கணமும் நீங்கள் அவ்வளவு சிறப்பாக உணர்வீர்கள், உங்களிடம் அவ்வளவு அதிக ஆற்றல் இருக்கும், நீங்கள் அவ்வளவு நன்றாகத் தூங்குவீர்கள், அவ்வளவு அதிகமான விஷயங்களைச் சாதிப்பீர்கள்.

இப்புத்தகத்தின் வாயிலாகக் கற்றுக் கொடுக்கப்படுகின்ற யோசனைகளையும் வழிமுறைகளையும் பயன்படுத்துவதன் மூலம், தினமும் இரண்டு மணிநேரத்தை உங்களால் சேமிக்க முடியும், உங்கள் உற்பத்தித்திறனையும் நீங்கள் பெற்றுக் கொடுக்கின்ற விளைவுகளையும் இரட்டிப்பாக முடியும். இந்நூலில் இடம்பெற்றுள்ள உத்திகளைப் பல்வேறு துறைகளைச் சேர்ந்த ஆயிரக்கணக்கான அதிகாரிகள் பயன்படுத்தி அளப்பரிய வெற்றிகளைப் பெற்றுள்ளனர். இந்த உத்திகள் உங்களுக்கும் நிச்சயமாகப் பலனளிக்கும். அதற்கு உங்களிடம் இருக்க வேண்டியதெல்லாம், பின்வரும் நான்கு விஷயங்கள் மட்டுமே.

உச்சபட்சச் செயற்திறனைக் கைவசப்படுத்துவதற்கு இன்றியமையாத நான்கு முக்கிய அம்சங்கள்

முதலாவது அம்சம், ஆழ்விருப்பம். உங்கள் நேரம் உங்கள் கட்டுப்பாட்டிற்குள் வர வேண்டும், நீங்கள் உச்சபட்சச் செயற்திறனைக் கைவசப்படுத்த வேண்டும் என்ற ஓர் ஆழமான, தீவிரமான விருப்பத்தை நீங்கள் உங்களுக்குள் வளர்த்துக் கொள்ள வேண்டும்.

இரண்டாவது அம்சம், உறுதியான தீர்மானம். நேரத்தை நிர்வகிப்பது உங்களுடைய ஒரு பழக்கமாக ஆகும்வரை நேரத்தைச் சிறப்பாக நிர்வகிப்பதற்கு உதவக்கூடிய நல்ல உத்திகளை நீங்கள் தொடர்ந்து பயிற்சி செய்யப் போவதாக ஒரு தெளிவான தீர்மானத்தை நீங்கள் மேற்கொள்ள வேண்டும்.

மூன்றாவது அம்சம், மன உறுதி. நேரத்தை நிர்வகிப்பதில் நீங்கள் திறமைசாலியாக ஆகும்வரை, நீங்கள் எதிர்கொள்ளக்கூடிய எந்தவொரு சபலத்திற்கும் நீங்கள் அடிபணியப் போவதில்லை என்று நீங்கள் உறுதியெடுத்துக் கொள்ள வேண்டும். உங்கள் ஆழ்விருப்பம் உங்களுடைய மன உறுதிக்கு வலுவூட்டும்.

நான்காவது அம்சம், ஒழுங்கு. வாழ்வில் நீங்கள் வெற்றி பெறத் தேவையான மிக முக்கியமான அம்சம் இதுதான். நேர நிர்வாகத்தை நீங்கள் உங்கள் வாழ்நாள் முழுவதும் கடைபிடிப்பதற்குத் தேவையான ஒழுங்கை நீங்கள் உங்களிடம் வளர்த்துக் கொள்ள வேண்டும். ஒரு விஷயத்தைச் சாதிப்பதற்குக் கொடுக்கப்பட வேண்டிய விலையைக் கொடுக்கவும், உங்களுக்கு பிடித்திருந்தாலும் சரி இல்லாவிட்டாலும் சரி, எந்த நேரத்தில் எது செய்யப்பட வேண்டும் என்று நீங்கள் அறிந்திருக்கிறீர்களோ அதைச் செய்யவும் உங்களை நீங்களே கட்டாயப்படுத்திக் கொள்ளத் தயாராக இருப்பதுதான் ஆற்றல்மிக்க ஒழுங்காகும். வெற்றிக்கு மிகவும் இன்றையமையாதது இது.

நீங்கள் நேர நிர்வாகத்தில் வல்லவராக ஆவது உங்களுக்கு ஏராளமான வெகுமதிகளைக் கொண்டுவரும். தன்னுடைய வேலையில் உயர்ந்த செயற்திறன் கொண்டவர்களாக இருக்கின்றவர்களிடம் வெளிப்படையாகத் தெரிகின்ற ஒரு பண்புநலன் அது. வாழ்வில் வெற்றி பெறுகின்ற அனைவரும் தங்களுடைய நேரத்தைச் சிறப்பாகப் பயன்படுத்துகின்றனர். வாழ்வில் தோற்றிருப்பவர்கள் தங்கள் நேரத்தை மோசமாகப் பயன்படுத்துகின்றனர். 'நல்ல பழக்கங்களை உருவாக்கி, அவற்றை உங்களுடைய எஜமானர்களாக ஆக்கிக் கொள்ளுவது' வெற்றிக்கான முக்கியமான விதிமுறைகளில் ஒன்று. நல்ல பழக்கங்களை எப்படி உருவாக்க வேண்டும் என்பதை இந்நூலில் நீங்கள் கற்றுக் கொள்ளுவீர்கள். பிறகு அப்பழக்கங்கள் உங்களை உருவாக்கும்.

நேரத்தைச் சிறப்பாக நிர்வகிப்பதற்கான இருபத்தோரு முக்கியமான தீர்வுகள் இந்நூலில் கொடுக்கப்பட்டுள்ளன. மிகவும் ஆக்கபூர்வமாகச் செயல்படுகின்ற மக்கள் கண்டுபிடித்துத் தங்கள் வாழ்வில் கடைபிடித்து வருகின்ற உத்திகள் அவை.

நேர நிர்வாகம் என்பது உண்மையில் உங்கள் வாழ்க்கை நிர்வாகமாகும். உங்கள் வாழ்க்கையையும் அதன் ஒவ்வொரு நிமிடத்தையும் மதிப்பதிலிருந்துதான் நல்ல நேர நிர்வாகமும் தனிப்பட்ட உற்பத்தித்திறனும் தொடங்குகின்றன.

இக்கணத்தில் உங்களால் முடிந்ததைச் செய்யுங்கள்

"என் வாழ்க்கை மிகவும் பொன்னானது, அது முக்கியமானது. என் வாழ்வின் ஒவ்வொரு நிமிடத்தையும் நான் மதிக்கிறேன். என் வாழ்வில் எனக்குக் கொடுக்கப்பட்டுள்ள நேரம் முழுவதையும் நான் ஒழுங்காகப் பயன்படுத்தப் போகிறேன்," என்று உங்களுக்கு நீங்களே கூறிக் கொள்ளுங்கள்.

நேர நிர்வாகம் என்பது ஒரு வியாபாரத் திறமை என்பது நல்ல செய்தி. ஏனெனில், வியாபாரத் திறமைகள் யாவும் கற்றுக் கொள்ளப்படக்கூடியவையே. நேர நிர்வாகம் என்பது ஒரு சைக்கிள் ஓட்டுவதையோ, ஒரு விசைப்பலகையில் தட்டச்சு செய்வதையோ, அல்லது ஒரு விளையாட்டை விளையாடுவதையோ போன்றது. அதில் பல தொடர் வழிமுறைகளும் உத்திகளும் உள்ளடங்கியுள்ளன. மன உறுதியையும் விடாமுயற்சியையும் கொண்டு நீங்கள் கற்றுக் கொள்ளக்கூடிய, பயிற்சி செய்யக்கூடிய, மற்றும் மேதமை பெறக்கூடிய ஒரு திறமை இது.

அத்தியாயம் ஒன்று

நேர நிர்வாகத்தின் பின்னாலுள்ள உளவியல்

நீங்கள் உங்களைப் பற்றி நினைக்கும் விதமும் உணரும் விதமும் உங்கள் வாழ்வின் தரத்தையும் உங்கள் சுயமதிப்பையும் பெருமளவு தீர்மானிக்கின்றன. நீங்கள் உங்களை எந்த அளவு விரும்புகிறீர்கள் என்பதுதான் சுயமதிப்பாகும்.

உங்களுடைய ஆற்றலை முழுமையாக வளர்த்தெடுப்பதில் உங்கள் வாழ்க்கையையும் நேரத்தையும் நீங்கள் பயன்படுத்துகின்ற விதம்தான் உங்கள் சுயமதிப்பைப் பெருமளவு தீர்மானிக்கிறது. நீங்கள் உயர்ந்த செயற்திறனோடு செயல்பட்டுக் கொண்டிருக்கும்போது உங்கள் சுயமதிப்பு அதிகரிக்கிறது, நீங்கள் அப்படிச் செயல்படாதபோது உங்கள் சுயமதிப்பு வெகுவாகக் குறைகிறது.

உங்களுடைய பிரச்சனைகளைத் தீர்ப்பதற்கும், உங்கள் வேலையைச் செய்வதற்கும், உங்கள் இலக்குகளை அடைவதற்கும் நீங்கள் எவ்வளவு தகுதியும் திறனும் படைத்தவர், எவ்வளவு

ஆக்கபூர்வமானவர் என்று நீங்கள் கருதுகிறீர்களோ, அதற்கும் உங்கள் சுயமதிப்பிற்கும் இருவழித் தொடர்பு ஒன்று இருக்கிறது.

நீங்கள் எவ்வளவு அதிகத் தகுதியும் திறனும் படைத்தவர், எவ்வளவு அதிக ஆக்கபூர்வமானவர் என்று நீங்கள் உணருகிறீர்களோ, உங்கள் சுயமதிப்பு அவ்வளவு உயர்வாக இருக்கும். உங்கள் சுயமதிப்பு உயர்வாக இருக்கும்போது, நீங்கள் அதிக ஆக்கபூர்வமாகவும் திறமையாகவும் செயல்படுவீர்கள். இவ்விரண்டும் ஒன்றையொன்று ஆதரிக்கின்றன, ஒன்றையொன்று வலிமைப்படுத்துகின்றன.

தங்களுடைய நேரத்தைச் சிறப்பாக நிர்வகிக்கின்ற மக்கள் நேர்மறையாளர்களாகவும் தன்னம்பிக்கை மிக்கவர்களாகவும் இருக்கின்றனர். அவர்களுடைய வாழ்வு முழுமையாக அவர்களுடைய கட்டுப்பாட்டில் இருக்கிறது.

கட்டுப்பாட்டு விதி

நேர நிர்வாக உளவியலானது கட்டுப்பாட்டு விதி எனும் ஓர் எளிய கொள்கையின் அடிப்படையில் அமைந்துள்ளது. உங்கள் சொந்த வாழ்க்கை எவ்வளவு தூரம் உங்கள் கட்டுப்பாட்டில் இருப்பதாக நீங்கள் உணருகிறீர்களோ, அவ்வளவே நீங்கள் உங்களைப் பற்றி நல்லவிதமாக உணருவீர்கள் என்று இவ்விதி கூறுகிறது. மேலும், உங்கள் சொந்த வாழ்க்கையோ அல்லது வேலையோ எவ்வளவு தூரம் உங்கள் கட்டுப்பாட்டில் இல்லை என்பதாக நீங்கள் உணருகிறீர்களோ, உங்களைப் பற்றி அவ்வளவு எதிர்மறையாக நீங்கள் உணருவீர்கள் என்றும் இவ்விதி கூறுகிறது.

நீங்கள்தான் உங்கள் சொந்தத் தலைவிதியைத் தீர்மானிக்கிறீர்கள் என்ற உணர்வை உங்களுக்குக் கொடுக்கின்ற ஓர் உள்ளார்ந்த கட்டுப்பாட்டு மையம் இருக்கிறது. அதேபோல, நீங்கள் புறச்சூழல்களால் கட்டுப்படுத்தப்பட்டுக் கொண்டிருக்கிறீர்கள் என்ற உணர்வை உங்களுக்குக் கொடுக்கின்ற ஒரு புறக் கட்டுப்பாட்டு மையமும் உள்ளது. இவ்விரண்டுக்கும் இடையேயான வேறுபாட்டை உளவியலாளர்கள் சுட்டிக்காட்டுகின்றனர்.

நீங்கள் புறக் கட்டுப்பாட்டு மையத்தின் ஆதிக்கத்தின்கீழ் இருந்தால், உங்கள் மேலதிகாரியும், நீங்கள் செலுத்த

வேண்டிய கட்டணங்களும், உங்கள் வேலை தரும் அழுத்தமும் பொறுப்புகளும் உங்களைக் கட்டுப்படுத்திக் கொண்டிருப்பது போன்ற உணர்வை நீங்கள் அனுபவிப்பீர்கள். நேரம் உங்களுக்கு மிகக் குறைவாக இருப்பதுபோலவும், ஆனால் நீங்கள் செய்ய வேண்டிய வேலை எக்கச்சக்கமாக இருப்பதுபோலவும் நீங்கள் உணருவீர்கள். உங்கள் நேரமும் உங்கள் வாழ்க்கையும் உங்கள் கட்டுப்பாட்டில் இல்லை என்ற உணர்வு உங்களுக்குள் மேலோங்கி இருக்கும். பெரும்பான்மை நேரம் நீங்கள் உண்மையில் புற நிகழ்வுகளுக்கு எதிர்வினையாற்றிக் கொண்டும் செயல்விடை அளித்துக் கொண்டும் இருப்பீர்கள்.

நீங்கள் சுயமாகத் தீர்மானித்தும் இலக்குகளை நோக்கியும் மேற்கொள்ளுகின்ற ஒரு நடவடிக்கைக்கும், புற அழுத்தங்களுக்கு நீங்கள் அளிக்கும் உடனடிச் செயல்விடைக்கும் இடையே ஒரு மிகப் பெரிய வேறுபாடு உள்ளது. நீங்கள் நேர்மறையாகவும் உங்கள் வாழ்க்கை உங்கள் கட்டுப்பாட்டில் இருப்பதாகவும் உணருவதற்கும், எதிர்மறையாகவும் அழுத்தத்திற்கு ஆளாகியிருப்பதாகவும் உணருவதற்கும் இடையேயான வேறுபாடு அது. நீங்கள் உங்களால் இயன்ற அளவு மிகச் சிறப்பாகச் செயல்பட விரும்பினால், உங்கள் தனிப்பட்ட வாழ்க்கை மற்றும் தொழில்வாழ்க்கையின் முக்கியமான பகுதிகள் உங்கள் கட்டுப்பாட்டில் இருப்பதாக ஒரு வலிமையான உணர்வை நீங்கள் கொண்டிருக்க வேண்டியது அவசியம்.

உங்கள் எண்ணங்களும் உணர்வுகளும்

ஒவ்வொருவருக்குள்ளும் ஒரு சுயகோட்பாடு இருப்பதாக உளவியல் கூறுகிறது. நம்முடைய வாழ்வின் முக்கியமான ஒவ்வொரு பகுதியிலும் அதுதான் நம்முடைய நடத்தையை முறைப்படுத்துகிறது. நேர நிர்வாகத்தைப் பற்றி ஓர் உயர்ந்த சுயகோட்பாட்டைக் கொண்டிருக்கும் மக்கள் தாங்கள் தங்களுடைய நேரத்தையும் வாழ்க்கையையும் சிறப்பாக ஒழுங்கமைப்பவர்கள் என்றும் தாங்கள் ஆக்கபூர்வமானவர்கள் என்றும் தங்களைப் பற்றி நினைக்கின்றனர். அவர்களுடைய வேலையும் வாழ்க்கையும் முற்றிலும் அவர்களுடைய கட்டுப்பாட்டில் இருக்கின்றன.

உங்களுடைய யோசனைகள், காட்சிகள், உங்களைப் பற்றி நீங்கள் கொண்டிருக்கும் நம்பிக்கைகள் (குறிப்பாக நீங்கள் உங்கள் நேரத்தை நிர்வகிக்கும் விதம்) ஆகியவற்றை உங்கள் சுயகோட்பாடு உள்ளடக்கியுள்ளது. தாங்கள் மிகச் சிறப்பாகத் தங்களை ஒழுங்கமைத்திருப்பதாகவும் தாங்கள் உயர்ந்த செயற்திறன் கொண்டவர்கள் என்றும் சிலர் நம்புகின்றனர். மற்றவர்கள், அடுத்தவர்களுடைய எதிர்பார்ப்புகளாலும் சூழ்நிலை அழுத்தங்களாலும் திக்குமுக்காடுகின்றனர்.

நம்பிக்கைகள் யதார்த்தங்களாக ஆகின்றன

உங்களைப் பற்றியும், உங்கள் நேரத்தை நிர்வகிப்பதற்கான உங்கள் திறனைப் பற்றியும் நீங்கள் எந்த வகையான நம்பிக்கைகளைக் கொண்டிருக்கிறீர்கள்? நீங்கள் உயர்ந்த செயற்திறன் கொண்டவர் என்றும், நேரத்தைச் சிறப்பாக நிர்வகிப்பவர் என்றும் நீங்கள் நினைக்கிறீர்களா? நீங்கள் ஆக்கபூர்வமானவர் என்றும், உங்கள் வேலையும் வாழ்க்கையும் முழுமையாக உங்கள் கட்டுப்பாட்டில் இருப்பதாகவும் நீங்கள் கருதுகிறீர்களா? உங்கள் நம்பிக்கை எதுவாக இருந்தாலும் சரி, நேரத்தை நிர்வகிப்பதில் நீங்கள் திறமைசாலி என்று நீங்கள் நினைத்தால், அந்த நம்பிக்கைக்கு இசைவான விஷயங்களையே இயல்பாக நீங்கள் செய்வீர்கள்.

அகரீதியாக நீங்கள் உங்களை எப்படிப்பட்டவராகப் பார்க்கிறீர்களோ, புறத்தில் நீங்கள் அதே வழியில் செயல்படுவதை உங்கள் சுயகோட்பாடு உறுதி செய்வதால், நேரத்தை நீங்கள் சிறப்பாக நிர்வகிப்பதாக நீங்கள் நம்பினால், உண்மையில் நீங்கள் ஒரு சிறந்த நேர நிர்வாகியாக இருப்பீர்கள்.

நேர நிர்வாகம் பற்றிய அனைத்துப் பயிற்சி வகுப்புகளிலும் நீங்கள் கலந்து கொள்ளக்கூடும், அது பற்றிய அனைத்துப் புத்தகங்களையும் படிக்கக்கூடும், ஆனால் நேரத்தை நிர்வகிப்பதில் நீங்கள் திறமையற்றவர் என்று உங்களைப் பற்றி நீங்கள் நினைத்தால், யாராலும் உங்களுக்கு உதவ முடியாது. சந்திப்புக்கூட்டங்களுக்கும் பிறவற்றுக்கும் தாமதமாகச் செல்லும் பழக்கத்தை நீங்கள் உங்களிடம் வளர்த்திருந்தாலோ, அல்லது நீங்கள் ஒழுங்குமுறையற்றவர் என்று நீங்கள் நம்பினாலோ, அந்தப்

பழக்கங்கள் உங்கள் இயல்பான நடத்தையாக ஆகிவிடுகின்றன. உங்களைப் பற்றிய நம்பிக்கைகளை நேர்மறையானவையாக நீங்கள் மாற்றிக் கொள்ளாவிட்டால், நேரத்தை நிர்வகிப்பதற்கான உங்கள் திறனும் ஒருபோதும் மாறாது.

ஒரு தீர்மானம் மேற்கொள்ளுங்கள்

உங்களைப் பற்றியும் உங்களுடைய தனிப்பட்ட உற்பத்தித்திறன் பற்றியும் புதிய, நேர்மறையான நம்பிக்கைகளை எவ்வாறு வளர்த்தெடுப்பது? அது அவ்வளவு கடினமான விஷயம் அல்ல. ஆழ்விருப்பம், உறுதியான தீர்மானம், மன உறுதி, ஒழுங்கு ஆகிய நான்கு அம்சங்களையும் பயன்படுத்துங்கள். மிக முக்கியமாக, ஒரு குறிப்பிட்ட நேர நிர்வாகப் பழக்கத்தை உங்களுக்குள் உருவாக்கிக் கொள்ளப் போவதாக ஒரு தீர்மானம் மேற்கொள்ளுங்கள். எடுத்துக்காட்டாக, இனிவரும் சந்திப்புக்கூட்டங்கள் அனைத்திற்கும் உரிய நேரத்திற்கு முன்னதாகவே நீங்கள் போகப் போவதாகத் தீர்மானித்துக் கொள்ளுங்கள். ஏதோ ஒன்றை வித்தியாசமாகச் செய்யப் போவதாக ஒரு தெளிவான தீர்மானத்தை நீங்கள் மேற்கொள்ளும்போதுதான் உங்கள் வாழ்வில் மாற்றம் நிகழுகிறது. நேரத்தை நிர்வகிப்பதில் வல்லவராக ஆகப் போவதாக ஒரு தீர்மானம் மேற்கொள்ளுவது அதற்கான முதல் முக்கிய நடவடிக்கையாகும்.

உங்கள் மனத்தைப் பயிற்றுவியுங்கள்

நீங்கள் ஆக்கபூர்வமான மனிதராக ஆகப் போவதாகத் தீர்மானித்தவுடன், நீங்கள் பயிற்சி செய்யக்கூடிய பல உத்திகள் உங்கள் உதவிக்கு இருக்கின்றன.

முதலில், உங்கள் அக உரையாடலை நீங்கள் மாற்றிக் கொள்ள வேண்டும். உங்களுடைய உணர்ச்சிகள் மற்றும் நடவடிக்கைகளில் 95 சதவீதம், பெரும்பாலான நேரம் நீங்கள் உங்களைப் பற்றிப் பேசும் விதத்தால்தான் தீர்மானிக்கப்படுகிறது. "என் வாழ்க்கையையும் நேரத்தையும் நான் சிறப்பாக நிர்வகிக்கிறேன், நான் மிகவும் ஆக்கபூர்வமானவன்," என்று மீண்டும் மீண்டும் உங்களுக்கு நீங்களே கூறிக் கொள்ளுங்கள். அளவுக்கதிகமான

வேலைகளால் நீங்கள் திக்குமுக்காடும் ஒவ்வொரு முறையும், சிறிது நேரம் இடைவேளை எடுத்துக் கொண்டு, "என் வாழ்க்கையையும் நேரத்தையும் நான் சிறப்பாக நிர்வகிக்கிறேன், நான் மிகவும் ஆக்கபூர்வமானவன்," என்று ஒருசில முறை கூறுங்கள்.

"நேரத்தை நிர்வகிப்பதில் நான் கைதேர்ந்தவன்," என்று மீண்டும் மீண்டும் சுயபிரகடனம் செய்யுங்கள். நேரத்தை நீங்கள் பயன்படுத்தும் விதம் குறித்து யாரேனும் உங்களிடம் கேட்டால், "நேரத்தை நிர்வகிப்பதில் நான் கைதேர்ந்தவன்," என்று உற்சாகமாகக் கூறுங்கள்.

"என் வாழ்க்கையையும் நேரத்தையும் நான் சிறப்பாக நிர்வகிக்கிறேன்," என்று நீங்கள் கூறும்போதெல்லாம், உங்கள் ஆழ்மனம் அந்த வாக்கியத்தை ஒரு கட்டளையாக ஏற்றுக் கொண்டு, உங்களை ஊக்குவித்து, நீங்கள் உண்மையிலேயே அப்படிப்பட்ட ஒருவராக ஆவதற்கு உங்களை உந்தித் தள்ளுகிறது.

மனக்காட்சிப்படுத்துங்கள்

உங்கள் நடத்தையை மாற்றுவதற்கான இரண்டாவது வழி, நேரத்தை நிர்வகிப்பதில் நீங்கள் திறமையானவர் என்று உங்களைப் பற்றி உங்கள் மனத்தில் காட்சிப்படுத்துவதாகும். நீங்கள் எல்லா விதத்திலும் ஒழுங்குடன் திகழுவதாகவும், உங்கள் வாழ்க்கை உங்கள் கட்டுப்பாட்டில் இருப்பதாகவும் கற்பனை செய்யுங்கள். அகத்தில் உங்களை எத்தகைய நபராக நீங்கள் பார்க்கிறீர்களோ, புறத்தில் நீங்கள் அவ்வாறே இருப்பீர்கள் என்பதை நினைவில் கொள்ளுங்கள்.

நீங்கள் ஏற்கனவே நேர நிர்வாகத்தில் வல்லவராகவும் உங்கள் வேலையில் ஆக்கபூர்வமானவராகவும் இருந்தால், நீங்கள் வித்தியாசமாக எப்படி நடந்து கொள்ளுவீர்கள்? அது இன்று நீங்கள் நடந்து கொள்ளும் விதத்திலிருந்து எப்படி மாறுபட்டிருக்கும்? நீங்கள் அமைதியானவர், தன்னம்பிக்கை மிக்கவர், உயர்ந்த செயற்திறன் கொண்டவர், அதிக ஆசுவாசமானவர், அதிக அளவிலான வேலைகளைக் குறைவான நேரத்தில் செய்து முடிக்கும் திறன் கொண்டவர் என்பதாக உங்களைப் பற்றிய ஒரு காட்சியை உங்கள் மனத்தில் உருவாக்கிக் கொள்ளுங்கள்.

மிகவும் ஆக்கபூர்வமான ஒருவர் எப்படிக் காட்சியளிப்பார் என்று கற்பனை செய்து பாருங்கள். அவருடைய அலுவலக மேசை தூய்மையாகவும் ஒழுங்கமைக்கப்பட்டும் இருக்குமா? அவர் எதற்கும் அவசரப்படாதவராகவும் அழுத்தத்திற்கு ஆளாகாதவராகவும் தோன்றுவாரா? உங்கள் நேரத்தையும் உங்கள் வாழ்க்கையையும் உங்கள் கட்டுப்பாட்டில் வைத்திருக்கின்ற ஒருவராக உங்களைப் பற்றிய ஒரு தெளிவான மனக்காட்சியை உருவாக்குங்கள்.

நேர நிர்வாகத்தில் நீங்கள் ஏற்கனவே வல்லவராக இருப்பதுபோல நடந்து கொள்ளுங்கள்

உங்கள் மனத்தைப் பயிற்றுவிப்பதற்கான மூன்றாவது வழி, நேர நிர்வாகத்தில் நீங்கள் ஏற்கனவே வல்லவராக இருப்பதுபோல நடந்து கொள்ளுவது. நீங்கள் செய்கின்ற எல்லாவற்றிலும் நீங்கள் ஒழுங்குமுறையுடன் செயல்படுவதுபோல நினைத்துக் கொள்ளுங்கள். நேரத்தை நிர்வகிப்பதில் நீங்கள் ஏற்கனவே கைதேர்ந்தவராக இருந்தால், நீங்கள் எப்படி நடந்து கொள்ளுவீர்கள்? நீங்கள் வித்தியாசமாக என்ன செய்து கொண்டிருப்பீர்கள்? உங்கள் நேரத்தையும் தனிப்பட்ட உற்பத்தித்திறனையும் பொருத்தவரை, விஷயங்களை நீங்கள் இப்போது செய்கின்ற விதத்திலிருந்து எது வேறுபட்டிருக்கும்?

நீங்கள் ஒரு திறமையான நேர நிர்வாகி என்று நீங்கள் நினைக்காவிட்டாலும், அப்படிப்பட்ட ஒருவராக நீங்கள் பாசாங்கு செய்யத் தொடங்கும்போது, இறுதியில் நீங்கள் ஒரு திறமையான நேர நிர்வாகி என்ற உணர்வு உங்களுக்குள் ஏற்படும். ஒரு விஷயம் உங்கள் வாழ்வில் உண்மையாகும்வரை, அது ஏற்கனவே உண்மையாகிவிட்டதுபோல நீங்கள் 'பாசாங்கு' செய்து வருவதன் மூலம் உங்களுடைய நடவடிக்கைகளையும் பழக்கங்களையும் நடத்தையையும் உண்மையில் உங்களால் மாற்ற முடியும்.

அத்தியாயம் இரண்டு

உங்கள் விழுமியங்கள் எவை என்று தீர்மானித்துக் கொள்ளுங்கள்

நேர நிர்வாகம் என்பது உண்மையில் வாழ்க்கை நிர்வாகம் என்பதால், உங்களுடைய தனிப்பட்ட உற்பத்தித்திறனை மேம்படுத்துவது உங்களுடைய விழுமியங்களை ஆய்வு செய்வதிலிருந்து தொடங்குகிறது. நீங்கள் எதுவொன்றைச் செய்வதற்கு முன்பாகவும் வேறு ஏதோ ஒன்றை முதலில் செய்ய வேண்டியிருக்கும் என்பது மர்ஃபியின் விதிகளில் ஒன்று. உங்கள் விழுமியங்கள் எவை என்பதைத் துல்லியமாக நீங்கள் அறிந்திருக்காவிட்டால், உங்கள் நேரத்தை முறையாக நிர்வகிப்பது உங்களுக்குச் சாத்தியப்படாது.

உங்ளுக்கு எவையெல்லாம் முக்கியமானவையோ அந்நிகழ்வுகள் அனைத்தையும் உங்கள் கட்டுப்பாட்டிற்குள் கொண்டு வருவது நேரத்தைச் சிறப்பாக நிர்வகிப்பதில் இன்றியமையாததாகும். ஒரு விஷயம் உங்களுக்கு முக்கியமானதாக இல்லாவிட்டால், உங்கள் நேரத்தை உங்கள் கட்டுப்பாட்டிற்குள் கொண்டுவருவதற்கான ஊக்கமும் மன உறுதியும் உங்களுக்கு இருக்காது.

"நான் இப்போது செய்து கொண்டிருப்பதை நான் ஏன் செய்து கொண்டிருக்கிறேன்?" என்று உங்களை நீங்களே கேட்டுக் கொள்ளுங்கள். நீங்கள் ஏன் தினமும் காலையில் எழுந்திருக்கிறீர்கள்? நீங்கள் செய்து கொண்டிருக்கும் வேலையை நீங்கள் ஏன் செய்து கொண்டிருக்கிறீர்கள்? நீங்கள் இப்போது பணியாற்றிக் கொண்டிருக்கும் இடத்தில் பணியாற்றுவதற்கு என்ன காரணம்?

அர்த்தமும் குறிக்கோளும்

வாழ்வில் ஓர் அர்த்தமும் குறிக்கோளும் இருக்க வேண்டும் என்ற ஓர் ஆழமான தேவை நம் ஒவ்வொருவருக்கும் இருக்கிறது. உங்களுடைய உள்ளார்ந்த விழுமியங்கள் மற்றும் நம்பிக்கையைப் பொருத்தவரையும் உங்களைப் பொருத்தவரையும், நீங்கள் செய்து கொண்டிருக்கும் வேலையில் எந்த அர்த்தமும் குறிக்கோளும் இல்லை என்ற உணர்வு, மன அழுத்தத்திற்கும் மகிழ்ச்சியின்மைக்குமான முக்கியக் காரணங்களில் ஒன்றாகும். நாம் எந்தவொரு காரியத்தைச் செய்யும்போதும், "ஏன்?" என்ற கேள்வியுடன்தான் எப்போதும் துவக்க வேண்டும்.

நேர நிர்வாக உத்திகளைப் பயன்படுத்தி உயர்ந்த செயற்திறன் கொண்டவராக உங்களால் ஆக முடியும், ஆனால் உங்களுக்கு அர்த்தமில்லாத ஒன்றைச் செய்வதில் நீங்கள் உயர்ந்த செயற்திறனைப் பெற்றிருப்பது உங்களுக்கு எந்த விதத்திலும் நன்மை பயக்காது. அது வெறுமனே நீங்கள் தனிமைப்படுத்தப்பட்டிருக்கின்ற ஓர் உணர்வை உங்களுக்குக் கொடுக்கும், நீங்கள் விரக்தியையும் கவலையும் அனுபவிக்குமபடி செய்யும்.

நீங்கள் எதை மிக அதிகமாக மதிக்கிறீர்கள்?

உங்களை நீங்களே கேட்டுக் கொள்ள வேண்டிய அடுத்தக் கேள்வி, "வாழ்வில் நான் எதை மிக அதிகமாக மதிக்கிறேன்?" என்பதுதான். நீங்கள் எதன்மீது அக்கறை கொண்டுள்ளீர்கள்? எதை ஆதரிக்கிறீர்கள்? எதை நீங்கள் ஆதரிக்க மாட்டீர்கள்?

உங்களுடைய அன்றாட நடவடிக்கைகள் எந்த அளவுக்கு உங்களுடைய விழுமியங்களுடன் இணக்கமாக இருக்கின்றனவோ, நீங்கள் அந்த அளவுக்குத்தான் மகிழ்ச்சியாகவும் மதிப்பானவராகவும் உணருவீர்கள். உங்கள் தனிப்பட்ட வாழ்க்கையிலும் வேலையிலும் நீங்கள் அனுபவிக்கின்ற மன அழுத்தமும் கவலையும், நீங்கள் ஆழமாக நம்புகின்ற மற்றும் மதிக்கின்ற விஷயங்களிலிருந்து முற்றிலும் வேறுபட்டுள்ள ஒரு விஷயத்தைச் செய்வதிலிருந்துதான் வருகின்றன.

தங்கள் வேலையால் ஏற்படுகின்ற மன அழுத்தத்தால் முற்றிலுமாகச் செயலிழந்து போகின்ற அதிகாரிகளைப் பற்றிய பல செய்திகளை நாம் கேள்விப்படுகிறோம். ஆனால், தாங்கள் செய்து கொண்டிருக்கும் வேலையை நேசிக்கின்ற, அந்த வேலையை மனபூர்வமாகச் செய்கின்ற மக்கள் எந்த அழுத்தத்தையும் அனுபவிப்பதில்லை. ஏனெனில், அவர்களுடைய வேலை அவர்களுடைய விழுமியங்களின் ஒரு பிரதிபலிப்பாக இருக்கிறது. நீங்கள் உங்கள் விழுமியங்களுக்கு இணக்கமாக வாழும்போது, ஆற்றலும் உற்சாகமும் படைப்புத்திறனும் உங்களுக்குள் தொடர்ந்து பாய்ந்தோடுவதை நீங்கள் அனுபவிப்பீர்கள். உங்களுடைய மிக உயர்ந்த விழுமியங்களுடன் இசைவாக இல்லாத விஷயங்களைச் செய்வதிலிருந்துதான் மன அழுத்தம் விளைகிறது.

முதலில் உங்களுடைய விழுமியங்களையும் உள்ளார்ந்த நம்பிக்கைகளையும் ஆய்வு செய்யுங்கள். பிறகு, உங்களுடைய புற நடவடிக்கைகளும் வாழ்க்கையில் நீங்கள் கொண்டுள்ள முன்னுரிமைகளும் ஒன்றோடொன்று இசைவாக இருக்கும்படி செய்வதற்கு என்னென்ன மாற்றங்களை உங்களால் மேற்கொள்ள முடியும் என்று உங்களை நீங்களே கேட்டுக் கொள்ளுங்கள்.

நீங்கள் அசாதாரணமானவர்

நீங்கள் ஒரு தனித்துவமான, அற்புதமான நபர் என்பதை உணருங்கள், அந்த உண்மையை ஏற்றுக் கொள்ளுங்கள். உங்களுடைய ஒட்டுமொத்த வாழ்வின் ஊடாக உங்கள் விழுமியங்கள் வளர்ந்துள்ளன, பரிணாம வளர்ச்சி அடைந்துள்ளன. எண்ணற்றத் தாக்கங்கள் மற்றும் அனுபவங்களின் விளைவாக அவை உருவாகியுள்ளன. அவை உங்கள் உளவியல் டிஎன்ஏவின்

ஒரு பகுதியாக ஆகியுள்ளன. அவை உங்கள் நடத்தை மற்றும் ஆளுமையின் ஒரு பகுதியாகவும் ஆகியுள்ளன. காலப்போக்கில் அவை அரிதாகவே மாறுகின்றன. உங்களுடைய உள்ளார்ந்த விழுமியங்கள் உண்மையிலேயே எவை என்று தீர்மானித்து, உங்கள் வாழ்க்கையும் வேலையும் அந்த விழுமியங்களுடன் இசைவாக இருக்கும்படி உங்கள் ஒட்டுமொத்த வாழ்க்கையை ஒழுங்கமைத்துக் கொள்ளுவதுதான் உங்கள் வேலை.

உங்களை ஆய்வு செய்யுங்கள்

அகரீதியாக நீங்கள் உண்மையிலேயே யார் என்பதை அறிந்து கொள்ளுவதற்கு நீங்கள் பயன்படுத்தக்கூடிய நான்கு பயிற்சிகள் கீழே கொடுக்கப்பட்டுள்ளன. பின்வரும் ஒவ்வொரு வாக்கியத்தையும் நிறைவு செய்யுங்கள்.

1. **"நான் . . ."** ஓர் அந்நியர் உங்களிடம், "உண்மையிலேயே நீங்கள் யார்?" என்று கேட்டால், அதற்கு உங்கள் விடை என்னவாக இருக்கும்? நீங்கள் உங்களை எப்படி விவரிப்பீர்கள்? உங்கள் வேலையைக் கொண்டு விவரிப்பீர்களா, உங்கள் பண்புநலன்களைக் கொண்டு விவரிப்பீர்களா, அல்லது உங்கள் கனவுகளையும் ஆசைகளையும் நம்பிக்கைகளையும் கொண்டு விவரிப்பீர்களா? மூன்றிலிருந்து ஐந்து வார்த்தைகளைத் தேர்ந்தெடுத்து "நான் . . ." என்ற வாக்கியத்தை நிறைவு செய்யுங்கள்.

   உங்களைச் சுற்றிலும் இருக்கின்ற மக்களையும், உங்களுடன் வாழுகின்ற மக்களையும், உங்களுடன் வேலை செய்கின்ற மக்களையும் நீங்கள் கேட்க வேண்டியிருந்தால், அவர்கள் உங்களைப் பற்றி என்ன கூறுவார்கள்? உங்கள் விழுமியங்களைக் கணக்கில் கொள்ளும்போது அவர்கள் உங்களை எவ்வாறு விவரிப்பார்கள்? நீங்கள் மற்றவர்களிடம் நடந்து கொள்ளும் விதத்தையும் மற்றவர்களை நடத்தும் விதத்தையும் கொண்டு, அகரீதியாக நீங்கள் எப்படிப்பட்டவராக இருப்பதாக அவர்கள் கருதுவார்கள்?

2. **“மக்கள் . . .”** மக்களைப் பற்றிப் பொதுவாக நினைத்துப் பாருங்கள். மனித இனத்தை நீங்கள் எப்படி விவரிப்பீர்கள்? மக்கள் நல்லவர்கள், கனிவானவர்கள், மற்றும் அன்பானவர்களா? அல்லது அவர்கள் சோம்பேறிகள், நேர்மையற்றவர்கள், மற்றும் நம்பகமற்றவர்களா?

   இக்கேள்விக்கான உங்கள் பதில், உங்கள் வாழ்வின் ஒவ்வொரு பகுதியிலும் மக்களை நீங்கள் நடத்தும் விதத்தின்மீது ஒரு முக்கியத் தாக்கத்தை ஏற்படுத்தும். ஓர் அதிகாரியாகவும், உங்கள் குடும்பத்தினர் மற்றும் நண்பர்களிடையே ஒரு தனிநபராகவும் நீங்கள் சாதிக்கின்ற எல்லாவற்றையும் அது தீர்மானிக்கும்.

3. **“வாழ்க்கை . . .”** இதற்கான உங்கள் விடை எளிமையானதாக இருக்கக்கூடும், ஆனால் அது உங்களுடைய ஒட்டுமொத்த வாழ்க்கைத் தத்துவத்தையும் பறைசாற்றும். நேர்மறையான, ஆரோக்கியமான மற்றும் மகிழ்ச்சியான மக்கள் தங்கள் வாழ்க்கையை மேடுபள்ளங்கள் நிரம்பிய ஓர் அற்புதமான அனுபவமாகப் பார்க்கின்றனர். அதை ஒரு சாகசப் பயணமாகப் பார்க்கின்றனர்.

   எனக்கு மிகவும் பிடித்த ஒரு கதை இது. ஓர் இளைஞன் ஒரு முதிய தத்துவவியலாளரிடம் சென்று, “வாழ்க்கை மிகவும் கடினமானதாக இருக்கிறது,” என்று கூறுகிறான்.

   அதற்கு அவர், “எதனோடு ஒப்பிடுகையில்?” என்று கேட்கிறார்.

   வாழ்க்கையைப் பற்றி ஹெலன் கெல்லர் கூறியபோது, “வாழ்க்கை என்பது ஒரு துணிகர சாகசப் பயணம் அல்லது உப்புச் சப்பில்லாத ஓர் அனுபவம்,” என்று குறிப்பிட்டார். உங்களைப் பொருத்தவரை வாழ்க்கை எப்படிப்பட்டதாக இருக்கிறது?

4. **“என் வாழ்வில் என்னுடைய மிகப் பெரிய இலக்கு . . .”** ஒரு மந்திரக் கோலை அசைத்து, வாழ்வில் ஒரு மிகப் பெரிய இலக்கை உங்களால் அடைய முடியும் என்றால், குறுகியகால நோக்கிலோ அல்லது நீண்டகால நோக்கிலோ

எந்த ஓர் இலக்கு உங்கள் வாழ்வின்மீது மிகப் பெரிய நேர்மறையான தாக்கத்தை ஏற்படுத்தும்? இப்போது, பின்வரும் வாக்கியங்களை நிறைவு செய்யுங்கள்:

"என் தொழில்வாழ்க்கையில் என்னுடைய மிகப் பெரிய இலக்கு என்னவென்றால் . . ."

"என் குடும்பத்திற்கு என்னுடைய மிகப் பெரிய இலக்கு என்னவென்றால் . . ."

உங்களை நீங்களே கேட்டுக் கொண்டு விடையளிக்க வேண்டிய மிக ஆழமான மற்றும் முக்கியமான கேள்விகளில் சில இவை. இவற்றுக்கான விடைகள் குறித்து நீங்கள் தெளிவு பெற்றப் பிறகு, நேரத்தை நீங்கள் பயன்படுத்தும் விதத்தையும் உங்கள் வாழ்வின் முன்னுரிமைகளையும் ஒன்றுக்கொன்று இசைவாக ஆக்குவதற்கு உங்களால் என்னென்ன மாற்றங்களை மேற்கொள்ள முடியும் என்று உங்களை நீங்களே கேட்டுக் கொள்ளுங்கள்.

வாழ்வில் நம்முடைய மிக முக்கியமான இலக்கு என்ன என்பதை நாம் தெளிவாகத் தீர்மானிக்கும்போதுதான் நம்முடைய வாழ்க்கை அற்புதமான ஒன்றாக ஆகத் தொடங்குகிறது என்று நெப்போலியன் ஹில் கூறியுள்ளார்.

உங்களுடைய மிக முக்கியமான இலக்குகள் எவை?

அத்தியாயம் மூன்று

உங்களுடைய முன்னோக்கையும் குறிக்கோளையும் பற்றிச் சிந்தியுங்கள்

டேனியல் கான்மேன் எழுதிய 'திங்கிங், ஃபாஸ்ட் அன்ட் ஸ்லோ' என்ற புத்தகம், கடந்த ஒருசில ஆண்டுகளில் வெளிவந்த மிகச் சிறந்த மற்றும் மிக ஆழமான புத்தகங்களில் ஒன்று. நம்முடைய அன்றாட வாழ்வில் நாம் எதிர்கொள்ளுகின்ற சூழ்நிலைகளைக் கையாளுவதற்கு நாம் இரண்டு வெவ்வேறு வகையான சிந்தனையைப் பயன்படுத்த வேண்டும் என்று டேனியல் கூறுகிறார்.

குறுகியகால வேலைகள், பொறுப்புகள், நடவடிக்கைகள், பிரச்சனைகள் மற்றும் சூழ்நிலைகளைக் கையாளுவதற்கு வேகமான சிந்தனையை நாம் பயன்படுத்துகிறோம். நாம் உடனடியாகவும் உள்ளுணர்வுரீதியாகவும் செயல்படுகிறோம். பெரும்பாலான விஷயங்களில், வேகமான சிந்தனை நம்முடைய அன்றாட நடவடிக்கைகளைக் கையாளுவதற்கு முற்றிலும் பொருத்தமானதாக இருக்கிறது.

நிதானமான சிந்தனை என்பது இரண்டாவது வகையான சிந்தனையாகும். இதில், நீங்கள் ஒரு செயலில் இறங்குவதற்கு முன்பாக, சற்று நிதானித்து, சூழ்நிலையை முழுமையாக ஆய்வு செய்வதற்கு நீங்கள் அதிக நேரத்தை எடுத்துக் கொள்ளுகிறீர்கள். தேவையான நேரத்தில் நிதானமான சிந்தனையில் ஈடுபடத் தவறுவதுதான் வாழ்வில் நாம் செய்கின்ற பல தவறுகளுக்குக் காரணம் என்று டேனியல் கூறுகிறார்.

நேர நிர்வாகத்தில் சிறந்தவராக ஆவதற்கும், உங்களுடைய ஒட்டுமொத்த வாழ்க்கையையும் உங்கள் கட்டுப்பாட்டிற்குள் கொண்டுவருவதற்கும், நிதானமான சிந்தனையில் நீங்கள் தொடர்ந்து ஈடுபட வேண்டும். "நான் என்ன செய்ய முயற்சி செய்து கொண்டிருக்கிறேன்?" என்ற கேள்வியோடு துவக்குங்கள்.

சிந்தித்துச் செயல்படுங்கள்

பல சமயங்களில் நீங்கள் உங்கள் வேலையில் மிகக் கடினமாக உழைத்துக் கொண்டிருக்கக்கூடும், ஆனால், நீங்கள் உண்மையிலேயே என்ன சாதிக்க விரும்புகிறீர்கள் என்று சிந்திப்பதற்கு நீங்கள் நிதானிப்பதுமில்லை, அதற்குப் போதிய நேரத்தை எடுத்துக் கொள்ளுவதும் இல்லை.

நான் கேள்விப்பட்ட ஒரு கதை இது. ஒரு கணவனும் மனைவியும் சான்டியாகோ நகரிலிருந்து லாஸ் ஏஞ்சலீஸ் நகருக்குத் தங்கள் காரில் பயணிக்கின்றனர். அந்தக் கணவனுக்கு அந்த வழி அவ்வளவு பரிச்சயமானதாக இல்லை. ஆனாலும், அவர் தன் காரை வேகமாகச் செலுத்திக் கொண்டிருக்கிறார். திடீரென்று அவருடைய மனைவி, "ஃபீனிக்ஸ் நகரம் லாஸ ஏஞ்சலீஸ் செல்லும் வழியிலா இருக்கிறது?" என்று கேட்கிறார்.

"எதற்காகக் கேட்கிறாய்?" என்று அவருடைய கணவர் வினவுகிறார்.

"நாம் ஃபீனிக்ஸ் நகருக்குச் செல்லுவதற்கான சாலையில் போய்க் கொண்டிருப்பதாக ஒரு சாலை அறிவிப்பை நான் பார்த்தேன்."

"அதைப் பற்றிக் கவலைப்படாதே. நம்முடைய பயணம் இனிமையாகத்தானே இருக்கிறது!" என்று அந்தக் கணவர் பதிலளிக்கிறார்.

உங்கள் வாழ்க்கையைத் துரிதப்படுத்துவதற்கு முன்பாக, நீங்கள் உண்மையிலேயே எதைச் சாதிக்க முயற்சித்துக் கொண்டிருக்கிறீர்கள் என்பது பற்றிய ஒரு தெளிவை நீங்கள் உருவாக்கிக் கொள்ள வேண்டும்.

"வெறித்தனம் என்பது நீங்கள் உங்கள் இலக்கை மறந்த பிறகு உங்கள் முயற்சிகளை இரட்டிப்பாக்குவதாகும்," என்று 'த டெவில்ஸ் டிக்ஷனரி' என்ற தன்னுடைய நூலில் ஆம்புரோஸ் பியர்ஸ் குறிப்பிட்டுள்ளார்.

ஒரு மாபெரும் வாழ்க்கையை உருவாக்குவது உங்கள் இலக்கா? நீங்கள் ஒரு மகத்தான தொழில்வாழ்க்கையைக் கட்டியெழுப்ப முயற்சித்துக் கொண்டிருக்கிறீர்களா? அப்படியென்றால், உங்களை நீங்களே ஆய்வு செய்து கொள்ளுவதற்கான உங்கள் திறன், அதாவது, நிதானமான சிந்தனையில் ஈடுபடுவதற்கான உங்கள் திறன், நீங்கள் அதிக ஆக்கபூர்வமான நபராகவும் உங்கள் வேலையிலிருந்து உச்சபட்ச மகிழ்ச்சியையும் மனநிறைவையும் பெறுகின்றவராகவும் ஆகக்கூடிய விதத்தில் உங்கள் நேரத்தை நிர்வகிப்பதற்கு மிகவும் இன்றியமையாததாகும்.

இறுதி முடிவை மனத்தில் வைத்துச் செயல்படுங்கள்

நீங்கள் எத்தகைய விளைவுகளைப் பெற விரும்புகிறீர்கள் என்பது பற்றித் தெளிவாக இருங்கள். "இறுதி முடிவை மனத்தில் வைத்துத் துவக்கவும்," என்று ஸ்டீபன் கவி கூறியுள்ளார். எந்த இறுதி விளைவை அடைய நீங்கள் இவ்வளவு கடினமாக முயற்சித்துக் கொண்டிருக்கிறீர்கள்? நாளின் முடிவில் நீங்கள் எந்த இடத்தை அடைய விரும்புகிறீர்கள்? நீங்கள் வெற்றி எனும் ஏணியில் ஏறிக் கொண்டிருக்கும்போது, அது சரியான கட்டடத்தின்மீது சாய்த்து வைக்கப்பட்டிருப்பதை உறுதி செய்து கொள்ளுங்கள்.

நீங்கள் பாதுகாப்பாகவும் மகிழ்ச்சியாகவும் வாழப் போதுமான பணத்தைச் சம்பாதிக்கத்தான் நீங்கள் வேலை செய்து கொண்டிருக்கிறீர்களா? அல்லது, நீங்கள் உங்கள் வேலையை நேசிப்பதால் அதைச் செய்கிறீர்களா? அல்லது, மிக முக்கியமான ஒன்றைச் சாதிப்பதற்கான ஒரு லட்சியப் பயணத்தை

மேற்கொண்டிருப்பதாக நீங்கள் உணருவதால் நீங்கள் வேலை செய்கிறீர்களா?

உங்களுடைய மாபெரும் இலக்கை நீங்கள் அடைந்துவிட்டால் உங்கள் உலகம் எப்படி இருக்கும்? நீண்டகால நோக்கில் நீங்கள் உங்களைக் குறித்தும் உங்கள் தொழில்வாழ்க்கையைக் குறித்தும் என்ன முன்னோக்கைக் கொண்டுள்ளீர்கள்? உங்களுடைய குறிக்கோள் என்ன? மற்றவர்களுடைய வாழ்வில் நீங்கள் எத்தகைய வித்தியாசத்தை ஏற்படுத்த விரும்புகிறீர்கள்?

வாழ்க்கை நடத்துவதற்குப் போதுமான பணத்தைச் சம்பாதிக்க மட்டுமே நீங்கள் வேலை செய்து கொண்டிருக்கிறீர்கள் என்றால், உயர்ந்த நிலையிலான அர்ப்பணிப்பையும் உற்சாகத்தையும் வளர்த்தெடுத்து அவற்றைத் தக்கவைத்துக் கொள்ளுவது உங்களுக்குக் கடினமானதாக இருக்கும். நீங்கள் உண்மையிலேயே மகிழ்ச்சியோடும் மனநிறைவோடும் வாழ விரும்பினால், உங்களைவிட மிகப் பெரிய ஒரு விஷயத்தை நிறைவேற்றுவதை நோக்கி, மற்றவர்களுடைய வாழ்வில் ஒரு பெரிய வித்தியாசத்தை ஏற்படுத்தக்கூடிய ஒரு விஷயத்தை நிறைவேற்றுவதை நோக்கி நீங்கள் செயல்பட்டுக் கொண்டிருக்க வேண்டும்.

உங்களுடைய வழிமுறையை ஆய்வு செய்யுங்கள்

நீங்கள் என்ன செய்ய முயற்சித்துக் கொண்டிருக்கிறீர்கள் என்பது பற்றிய தெளிவை நீங்கள் பெற்றவுடன், “அதை நான் எந்த விதத்தில் செய்ய முயற்சித்துக் கொண்டிருக்கிறேன்?” என்று கேட்க வேண்டும். இவ்விரு கேள்விகளையும் கேட்டு அவற்றுக்கு நீங்கள் பதிலளிக்கின்ற ஒவ்வொரு முறையும், சில முக்கியமான உள்நோக்குகள் உங்களுக்குக் கிடைக்கும். நீங்கள் உங்கள் சூழ்நிலையை ஆய்வு செய்து, நீங்கள் சரியான பாதையில்தான் பயணித்துக் கொண்டிருக்கிறீர்கள் என்பதை உறுதி செய்து கொள்ள அந்த உள்நோக்குகள் உங்களுக்கு உதவும்.

அடுத்து நீங்கள் கேட்க வேண்டிய கேள்வி, “அது எப்படிப் போய்க் கொண்டிருக்கிறது?” என்பதுதான்.

நீங்கள் செய்து கொண்டிருக்கும் விஷயங்கள் நீங்கள் வேகமாகவும் திறமையாகவும் சாதிக்க விரும்புகின்ற ஒன்றை

நோக்கி உங்களை அழைத்துச் சென்று கொண்டிருக்கின்றனவா? நீங்கள் முன்னேறிக் கொண்டிருக்கும் வேகம் உங்களுக்கு மகிழ்ச்சியளிக்கிறதா? விஷயங்கள் சிறப்பாகப் போய்க் கொண்டிருக்கின்றனவா அல்லது உங்கள் பயணத்தில் நீங்கள் ஏகப்பட்ட முட்டுக்கட்டைகளை எதிர்கொள்கிறீர்களா?

மிக முக்கியமாக, நீங்கள் கொண்டுள்ள அனுமானங்கள் குறித்துக் கேள்வி எழுப்புங்கள். "மோசமான அனுமானங்கள்தான் தோல்விகளின் அடித்தளங்களாக இருக்கின்றன," என்று பீட்டர் டிரக்கர் கூறியுள்ளார்.

உங்கள் வேலையைப் பற்றியும் உங்கள் வாழ்க்கையைப் பற்றியும் நீங்கள் எத்தகைய அனுமானங்களைக் கொண்டிருக்கிறீர்கள்? உங்களுடைய பிரக்ஞையுடன்கூடிய அனுமானங்கள் எவை? உங்களையும் அறியாமல் நீங்கள் கொண்டுள்ள, பெரும்பாலும் கேள்வி எழுப்பப்படாத அனுமானங்கள் எவை? தாங்கள் ஒருபோதும் கேள்வி எழுப்பியிராத தவறான அனுமானங்களின் அடிப்படையில் கடினமாக உழைத்துக் கொண்டிருக்கின்ற மக்களின் எண்ணிக்கையைக் கேள்விப்பட்டால் நீங்கள் வியந்து போவீர்கள்.

ஒரு சிறந்த வழியைத் தேடுங்கள்

"விஷயம் எப்படிப் போய்க் கொண்டிருக்கிறது?" என்ற கேள்வியைப் பற்றி நீங்கள் சிந்திக்கும்போது, "இதைச் செய்வதற்கு இதைவிடச் சிறந்த வழி ஏதேனும் இருக்கிறதா?" என்ற இன்னொரு முக்கியமான கேள்வியையும் நீங்கள் சிந்தித்துப் பார்க்க வேண்டும்.

தொழில்ரீதியான ஓர் இலக்கை அடைவதற்கு ஒரு வித்தியாசமான, சிறப்பான வழி எப்போதும் இருக்கிறது என்பது உண்மை. இந்த மாற்று வழி அதிக வேகமானதாகவும், குறைந்த செலவு கொண்டதாகவும், அதிக சுலபமானதாகவும், அதிகப் பலனளிப்பதாகவும் இருக்கக்கூடும்.

"வெறுமனை படுவேகத்தில் வாழ்வது மட்டும் வாழ்க்கையல்ல," என்ற அழகானதொரு வரியை நான் எங்கோ படித்திருக்கிறேன்.

பலர் மிகக் கடினமாக உழைத்துக் கொண்டிருக்கின்றனர், ஆனால் அவர்கள் தவறான திசையில் தவறான பாதையில் போய்க் கொண்டிருக்கின்றனர். தாங்கள் என்ன செய்ய முயற்சித்துக் கொண்டிருக்கிறோம், தாங்கள் எங்கே சென்றடைய விரும்புகிறோம் என்பது பற்றிய தெளிவு அவர்களிடம் இல்லை. ஆனால், தங்கள் அணுகுமுறை தவறாக இருக்கக்கூடும் என்ற சாத்தியக்கூற்றை எதிர்கொள்ளவோ அல்லது கையாளவோ அவர்கள் தயாராக இல்லை. கடினமான கேள்விகளைக் கேட்பதற்கு நிதானமான சிந்தனை அவசியம். அது உங்கள் தொழில்ரீதியான இலக்குகளையும் உங்கள் முன்னோக்கு மற்றும் குறிக்கோளையும் நீங்கள் அடையக்கூடிய வேகத்தைக் குறிப்பிடத்தக்க அளவு அதிகரிக்கிறது.

அத்தியாயம் நான்கு

முன்னோக்கித் திட்டமிடுங்கள்

எந்தவொரு துறையிலும் அல்லது வேலையிலும் நீங்கள் செய்கின்ற மிக முக்கியமான மற்றும் மிகவும் மதிப்புவாய்ந்த செயல் எது? சிந்தித்தல்தான் அது. நீங்கள் செய்து கொண்டிருப்பவற்றைப் பற்றியும், அவற்றை நீங்கள் செய்யும் விதம் பற்றியும் தெளிவாகச் சிந்திப்பது வேறு எதுவொன்றையும்விட உங்கள் எதிர்காலத்தின்மீது அளப்பரிய தாக்கத்தை ஏற்படுத்தும்.

உங்கள் தொழில்வாழ்க்கையின் சில பகுதிகளில் நீங்கள் சிறப்பாகச் செயல்படுவதற்கு நிதானமான சிந்தனை மிகவும் தேவையாக இருக்கிறது.

உங்களுடைய இலக்குகளையும் திட்டங்களையும் முன்னேற்றத்தையும் பரிசீலிப்பதற்கு தினமும் குறைந்தபட்சம் முப்பது நிமிடங்களை ஒதுக்கிக் கொள்ளுங்கள். இதைச் செய்வதற்கான சிறந்த நேரம் காலைப் பொழுதுதான். சிந்திப்பதற்கும் திட்டமிடுவதற்கும் கனவு காணுவதற்கும் உருவாக்குவதற்கும் நேரம் ஒதுக்கிக் கொள்ளுங்கள். உயர்ந்த செயற்திறன் கொண்ட அதிகாரிகளும் மற்ற ஊழியர்களும் தங்களுடைய ஒவ்வொரு வேலையைத் துவக்குவதற்கு முன்பாகவும்

தாங்கள் என்ன செய்யப் போகிறோம் என்பதை கவனமாகப் பரிசீலிப்பதற்கு இவ்வாறு நேரம் ஒதுக்கிக் கொள்ளுகின்றனர். ஒரு நடவடிக்கையை மேற்கொள்ளுவதற்கு முன்பாக, நீங்கள் செய்து கொண்டிருக்கும் விஷயம் குறித்து நீங்கள் படிக்க வேண்டும், பரிசீலிக்க வேண்டும், சிந்தித்துப் பார்க்க வேண்டும்.

ஒவ்வொரு துறையிலும் வெற்றிகரமாக விளங்குகின்ற பல்வேறு நபர்களுடைய தன்வரலாறுகளையும் கதைகளையும் காலப்போக்கில் நான் ஏராளமாகப் படித்திருக்கிறேன். அவற்றில் நான் ஒரு பொதுவான அம்சத்தைக் கண்டேன். வாழ்க்கையைப் பின்னால் திரும்பிப் பார்த்தல், நிகழ்வுகளை மனத்தில் அசைபோடுதல், தனிமையில் நேரம் செலவிடுதல், முன்னோக்கிச் சிந்தித்தல் ஆகியவற்றிலிருந்துதான் மேன்மைத்துவம் முளைவிடுகிறது. நீங்கள் யார், உங்களுக்கு என்ன வேண்டும், அதை அடைவதற்கான மிகச் சிறந்த வழி எது ஆகியவற்றைப் பற்றிச் சிந்திப்பதற்கு நீங்கள் முறையாக நேரம் ஒதுக்கிக் கொள்ளத் தொடங்கும்போது மட்டுமே உங்களால் மேன்மைத்துவத்தை அடைய முடியும்.

உங்கள் வாழ்க்கையையும் உங்கள் நடவடிக்கைகளையும் ஒரு பரந்த கண்ணோட்டத்தில் மதிப்பீடு செய்வதற்கு நேரம் எடுத்துக் கொள்ளுங்கள். இன்று நீங்கள் எங்கே இருக்கிறீர்கள் என்பதைப் பற்றியும், இன்னும் ஐந்து ஆண்டுகளில் நீங்கள் எங்கே இருக்க விரும்புகிறீர்கள் என்பதைப் பற்றியும் சிந்தியுங்கள். இன்று நீங்கள் ஈடுபட்டிருக்கும் நடவடிக்கைகளைக் கவனியுங்கள். அவற்றில் எந்த நடவடிக்கையால் உங்கள் எதிர்காலத்தின்மீது மாபெரும் தாக்கத்தை ஏற்படுத்த முடியும் என்று தீர்மானியுங்கள். இந்த வகையான சிந்தனை, இக்கணத்தில் நீங்கள் உங்கள் நேரத்தைச் சிறப்பாக நிர்வகிப்பதற்குப் பெரிதும் உதவும். சில சமயங்களில், தனிமையில் சிந்திக்கும்போது கிடைக்கின்ற ஒரே ஒரு நல்ல யோசனைகூட, பல மாத அல்லது பல வருடக் கடின உழைப்பை உங்களுக்கு மிச்சப்படுத்திக் கொடுக்கக்கூடும்.

நீண்டகாலக் கண்ணோட்டம்

ஹார்வர்டு பல்கலைக்கழகத்தைச் சேர்ந்த எட்வர்டு பான்ஃபீல்டு, அமெரிக்காவிலும் உலகம் நெடுகிலும் உள்ள

உயர்ந்த சாதனையாளர்களின் மனப்போக்குகளையும் நடத்தைகளையும் பற்றி ஐம்பதுக்கும் அதிகமான ஆராய்ச்சிகளை மேற்கொண்டார். மற்றவர்களிடம் இல்லாத ஒரு தனித்துவமான பண்புநலன் மாபெரும் சாதனையாளர்களிடம் இருந்ததை அவர் கண்டுபிடித்தார். அதை அவர் 'நீண்டகாலக் கண்ணோட்டம்' என்று அழைத்தார். எந்தவொரு துறையிலும் உயர்வாகச் சாதிப்பவர்கள் எதிர்காலத்தைப் பற்றிச் சிந்திப்பதற்கும், அதாவது, பத்திலிருந்து இருபதாண்டுகாலம் முன்னோக்கிச் சிந்திப்பதற்கும், அந்த நேரத்தில் தங்கள் தனிப்பட்ட வாழ்க்கையிலும் தொழில்வாழ்க்கையிலும் தாங்கள் எங்கே இருக்க விரும்புகிறோம் என்பதைப் பற்றி முழுமையாகத் தெளிவு பெறுவதற்கும் நேரம் எடுத்துக் கொண்டதை அவர் கண்டார். பிறகு அவர்கள் நிகழ்காலத்திற்குத் திரும்பி வந்து, எதிர்காலத்தில் தாங்கள் இருக்க விரும்புகின்ற இடத்தைச் சென்றடைவதற்கு இசைவாக இருக்கும்படியாகத் தங்களுடைய தற்போதைய நடவடிக்கைகளை அவர்கள் அமைத்துக் கொள்ளுகின்றனர்.

சக்திவாய்ந்த இந்த உத்தியை நீங்களும் பயன்படுத்தலாம். ஒன்று, இரண்டு, அல்லது மூன்று ஆண்டுகள் முன்னோக்கிப் பார்த்து, உங்கள் வாழ்க்கை ஒவ்வொரு விதத்திலும் கச்சிதமாக இருப்பதாகக் கற்பனை செய்யுங்கள். உங்கள் வேலைச் சூழல் கச்சிதமானதாக இருந்தால், அது எவ்வாறு காட்சியளிக்கும் என்பது பற்றிய ஒரு தெளிவான மனக்காட்சியை உருவாக்குங்கள். இந்த எதிர்காலக் கண்ணோட்டத்திலிருந்து பார்த்து, உங்களுடைய கச்சிதமான வாழ்க்கையும் வேலைச் சூழலும் எப்படி இருக்கும் என்று விவரியுங்கள். பிறகு, இக்கணத்தில் நீங்கள் செய்து கொண்டிருக்கின்ற விஷயங்கள் உங்களுடைய அந்த எதிர்காலத்தை உருவாக்குவதற்கு இசைவாக இருக்கின்றனவா என்று உங்களை நீங்களே கேட்டுக் கொள்ளுங்கள்.

அதேபோல, இன்று நீங்கள் இருக்கும் இடத்திலிருந்து அந்த எதிர்கால இடத்தைச் சென்றடைவதற்கு நீங்கள் மேற்கொள்ள வேண்டிய நடவடிக்கைகளைத் தீர்மானியுங்கள். முன்னோக்கிச் சிந்தித்துவிட்டுப் பின்னோக்கி வந்து களத்தில் இறங்குவது சாதனையாளர்கள் பலர் கடைபிடிக்கின்ற ஒரு வெற்றிப் பழக்கமாகும்.

நிகழ்காலத்தில் சிறப்பான தீர்மானங்களை மேற்கொள்ளுங்கள்

எடுத்துக்காட்டாக, பருவ வயதுப் பெண் ஒருத்தி, தான் வளர்ந்த பிறகு சொந்தமாக ஒரு வியாபாரத்தைத் துவக்கி அதில் தான் மிகவும் வெற்றிகரமாகத் திகழப் போவதாகத் தீர்மானித்திருப்பதாக வைத்துக் கொள்ளுவோம். இந்த நீண்டகாலக் கண்ணோட்டத்தை மனத்தில் இருத்தி, ஒரு நல்ல கல்லூரியில் தனக்கு இடம் கிடைக்க வேண்டும் என்பதற்காகத் தன்னுடைய உயர்நிலைப் பள்ளிப் படிப்பில் மிகச் சிறந்த மதிப்பெண்களைப் பெறும் நோக்கத்துடன் அவள் கூடுதலாகப் பல மணிநேரம் படிக்கிறாள். பள்ளிப் படிப்பை வெற்றிகரமாக முடித்துக் கல்லூரியில் கால் வைத்தவுடன், அவள் கடினமான பாடங்களைத் தேர்ந்தெடுக்கிறாள், தன் வகுப்பில் முன்னணி மாணவியாகத் திகழுவதற்குத் தன்னுடைய சக மாணவர்கள் அனைவரைவிடவும் அவள் அதிக நேரம் படிக்கிறாள்.

பல வருடக் கடின உழைப்பு மற்றும் படிப்பின் விளைவாகவும், கேளிக்கை விருந்துகள், விளையாட்டுகள், ஊர் சுற்றுதல் போன்ற இன்பங்களைத் தியாகம் செய்ததன் விளைவாகவும், முன்னணிப் பல்கலைக்கழகம் ஒன்றிலிருந்து மிக உயர்ந்த மதிப்பெண்களுடன் அவள் பட்டம் பெறுகிறாள். இறுதியில், ஒரு மாபெரும் நிறுவனம் அவளை வேலைக்கு எடுத்துக் கொள்ளுகிறது. எதிர்காலத்தைப் பற்றி உண்மையில் எதுவும் சிந்தித்திராத அவளுடைய சக மாணவர்களைவிட மிக அதிகமான சம்பளம் அவளுக்கு வழங்கப்படுகிறது. அந்நிறுவனத்தில் அவளுக்கு வேகமான பதவி உயர்வுகளும் கிடைக்கின்றன.

எதிர்காலத்தில் ஒரு காலகட்டத்தில் நீங்கள் யாராக ஆக விரும்புகிறீர்கள் என்பது பற்றி நீங்கள் தெளிவாக இருக்கும்போது, நிகழ்காலத்தில் சிறப்பான தீர்மானங்களை மேற்கொள்ளுவது உங்களுக்கு அதிக சுலபமானதாக இருக்கும். நீண்டகால முன்னோக்கு, குறுகியகாலத் தீர்மானம் மேற்கொள்ளுதலை மேம்படுத்துகிறது என்பது விதி. நீங்கள் எங்கே போய்க் கொண்டிருக்கிறீர்கள் என்பது உங்களுக்குத் தெரியாவிட்டால், நீங்கள் எந்தப் பாதையிலும் செல்லலாம்.

நீண்டகாலக் கண்ணோட்டத்தை வளர்த்தெடுக்கும் பழக்கம் சக்திவாய்ந்த ஒரு பழக்கமாகும். எதிர்காலத்திற்குள் முன்னோக்கிப் பார்த்து, பிறகு நிகழ்காலத்திற்குள் பின்னோக்கிப் பார்ப்பதன் மூலம், நீங்கள் மேற்கொள்ள வேண்டிய நடவடிக்கைகளையும் நீங்கள் தவிர்க்கக்கூடிய தவறுகளையும் உங்களால் பார்க்க முடியும். உங்களுடைய விழுமியங்கள் எவை என்று தெளிவுபடுத்திக் கொள்ளுவதற்கு இப்பயிற்சி உங்களுக்கு மிகவும் உதவும். இன்று நீங்கள் செய்கின்ற விஷயங்கள் உங்களுடைய கச்சிதமான எதிர்காலத்தை நோக்கி உங்களை அழைத்துச் செல்லக்கூடிய விதத்தில் நீங்கள் உங்களுடைய நேரத்தையும் நடவடிக்கைகளையும் ஒழுங்கமைப்பதற்குத் தேவையான அகவயமான கருவிகளையும் இப்பயிற்சி உங்களுக்குக் கொடுக்கும்.

நேர நிர்வாக உத்திகளைக் கற்றுக் கொள்ளத் தயாராகுங்கள்

நீங்கள் சென்றடைய விரும்புகின்ற இடத்தை நோக்கி நீங்கள் பயணப்பட்டுக் கொண்டிருக்கவில்லை என்றால், நீங்கள் அங்கே வேகமாகச் சென்றடைய வேண்டியதில்லை. நீங்கள் போகத் தீர்மானித்துள்ள ஒரு திசையில் நீங்கள் போய்க் கொண்டிருக்காவிட்டால், அங்கு வேகமாகச் சென்றடைவதற்கு உங்கள் நேரத்தை நிர்வகிப்பதில் எந்த அர்த்தமும் இல்லை. ஒரு தெளிவான எதிர்கால முன்னோக்கு இல்லாமல் வெறுமனே நேர நிர்வாக உத்திகளையும் யோசனைகளையும் நடைமுறையில் செயல்படுத்துவது, உங்களுக்குப் பிடிக்காத ஓர் இடத்திற்குத்தான் உங்களை அழைத்துச் செல்லும், அதுவும் மிக வேகமாக!

உங்கள் வாழ்க்கை மற்றும் வேலை குறித்த உங்கள் விழுமியங்களும் முன்னோக்கும் குறிக்கோளும் எவை என்பது பற்றிய தெளிவு உங்களுக்குக் கிடைத்து, நீங்கள் எதைச் சாதிக்க விரும்புகிறீர்கள் என்பதையும் அதை அடைவதற்கான சிறந்த வழியையும் நீங்கள் தெளிவாக அறிந்திருக்கும்போது மட்டுமே, சக்திவாய்ந்த நேர நிர்வாக உத்திகளை உங்களால் பயன்படுத்தத் தொடங்க முடியும்.

அத்தியாயம் ஐந்து

எழுத்துபூர்வமாகத் திட்டமிடுங்கள்

நேரத்தை நிர்வகிப்பதில் வெற்றிகரமாக விளங்குபவர்கள் அனைவரும் திட்டமிடுவதிலும் வல்லவர்களாக இருக்கின்றனர். ஒவ்வொரு பெரிய வேலையையும் ஒவ்வொரு சிறிய வேலையையும் நிறைவேற்றுவதற்கு அவர்கள் பட்டியல்களைத் தயாரிக்கின்றனர். ஒரு புதிய பணித்திட்டம் அவர்களிடம் ஒப்படைக்கப்படும்போது, அப்பணித்திட்டம் தொடர்பாகத் தாங்கள் என்னவெல்லாம் சாதித்தாக வேண்டும் என்பதை முழுமையாகச் சிந்திப்பதற்கு அவர்கள் நேரம் எடுத்துக் கொள்ளுகின்றனர். பிறகு, ஒவ்வொரு வேலைக்கும் தாங்கள் மேற்கொள்ள வேண்டிய நடவடிக்கைகளைத் தனித்தனியாகப் பட்டியலிட்டுக் கொண்டு, எந்த வேலை முதலில் செய்யப்பட வேண்டும், எது இரண்டாவதாகச் செய்யப்பட வேண்டும் என்று தீர்மானித்துக் கொண்டு, அந்த வரிசைப்படி அப்பட்டியலை ஒழுங்கமைத்துக் கொள்ளுகின்றனர்.

திட்டமிடுவதில் செலவிடப்படுகின்ற ஒவ்வொரு நிமிடமும் அத்திட்டத்தைச் செயல்படுத்துவதில் பத்து நிமிடங்களை மிச்சப்படுத்துவதாக ஒரு விதி இருக்கிறது. நீங்கள் நிறைவேற்ற

வேண்டிய ஒரு வேலையைத் துவக்குவதற்கு முன்பாக, அதைப் பற்றி எழுத்துபூர்வமாகச் சிந்திப்பதற்கு நீங்கள் எடுத்துக் கொள்ளுகின்ற நேரம், உங்களுடைய தனிப்பட்ட ஆற்றலின்மீது 1,000 சதவீத பதிலீட்டை உங்களுக்குப் பெற்றுக் கொடுக்கும்.

உங்கள் இலக்கு என்ன என்பது உங்களுக்குத் தெளிவாகத் தெரிந்தவுடன், அந்த இலக்கை அடைவதற்கு நீங்கள் என்னவெல்லாம் செய்ய வேண்டும் என்று உங்களுக்குத் தோன்றுகிறதோ, அவை அனைத்தையும் ஒரு பட்டியலிடுங்கள். பிறகு, கூடுதல் யோசனைகள் உங்களுக்குத் தோன்றும்போதெல்லாம் அவற்றை அப்பட்டியலில் சேர்த்துக் கொண்டே வாருங்கள். அப்பட்டியல் முழுமை பெறும்வரை இதைச் செய்யுங்கள். பிறகு, உங்கள் பட்டியலை இரண்டு விதங்களில் நீங்கள் ஒழுங்கமைக்க வேண்டும். முதலில் வரிசைப்படியும், அடுத்து முன்னுரிமைப்படியும் அதை ஒழுங்கமைத்துக் கொள்ளுங்கள்.

வரிசைப்படி ஒழுங்கமைப்பதைப் பொருத்தவரை, உங்கள் இலக்கை அல்லது பணித்திட்டத்தை நிறைவேற்றத் தேவையான அனைத்து நடவடிக்கைகளையும், முதல் நடவடிக்கையிலிருந்து கடைசி நடவடிக்கைவரை, கால வரிசைப்படி நீங்கள் ஒழுங்கமைக்க வேண்டும். "ஒரு மாபெரும் இலக்கைப் பல சிறிய இலக்குகளாகக் கூறுபோட்டுக் கொண்டால், அந்தப் பெரிய இலக்கை அடைந்துவிடலாம்," என்று ஹென்ரி ஃபோர்டு கூறியுள்ளார்.

அடுத்து, உங்கள் பட்டியிலில் உள்ளவற்றில் 20 சதவீத நடவடிக்கைகள், உங்களுடைய மொத்த நடவடிக்கைகளின் மதிப்பு மற்றும் முக்கியத்துவத்தின் 80 சதவீதத்திற்குக் காரணமாக இருக்கின்றன என்பதை நீங்கள் ஏற்றுக் கொண்டு, அந்நடவடிக்கைகளை முன்னுரிமைப்படி நீங்கள் ஒழுங்கமைக்க வேண்டும். முன்னுரிமைகளை நிர்ணயிப்பது எந்த கவனச்சிதறலும் இல்லாமல் உங்களுடைய முக்கியமான நடவடிக்கைகள்மீது நீங்கள் ஒருமித்த கவனம் செலுத்துவதற்கு உங்களுக்கு உதவுகிறது. "மிக முக்கியமான விஷயங்கள், முக்கியத்துவமற்ற விஷயங்களின் தயவில் ஒருபோதும் இருக்கக்கூடாது," என்பது கதேயின் கூற்றாகும்.

உங்களுடைய திட்டங்களைக் குறிப்பிட்டக் கால இடைவெளிகளில் மறுபரிசீலனை செய்யுங்கள். குறிப்பாக, நீங்கள் விரக்தியையோ அல்லது எதிர்ப்பையோ அனுபவிக்கும்போது அவ்வாறு மறுபரிசீலனை செய்ய வேண்டியது இன்றியமையாதது. புதிய தகவல்களோ அல்லது பின்னூட்டக் கருத்துக்களோ உங்களுக்குக் கிடைக்கும்போது உங்கள் திட்டங்களைத் திருத்தியமைத்துக் கொள்ளத் தயங்காதீர்கள். ஒவ்வொரு திட்டத்திலும் பெரிய குறைகளோ அல்லது சிறிய குறைகளோ இருக்கத்தான் செய்யும். தொடர்ந்து அவற்றைக் களைவதில் ஈடுபடுங்கள். நீங்கள் உங்கள் திட்டங்களை தினமும் மறுபரிசீலனை செய்யும்போது, உங்கள் வேலையை நீங்கள் முதலில் நினைத்ததைவிட அதிக வேகமாகவும் சிறப்பாகவும் செய்து முடிக்கத் தேவையான புதிய யோசனைகளையும் கண்ணோட்டங்களையும் உள்நோக்குகளையும் நீங்கள் பெறுவீர்கள்.

திட்டமிடப்படாத நடவடிக்கைகள்தான் தோல்விக்கான முக்கியக் காரணமாகும். முன்கூட்டியே முழுமையாகத் திட்டமிடுவதற்கு முன்பாகச் செயல்நடவடிக்கையில் இறங்குவதற்கு ஏற்படக்கூடிய சபலத்தை எதிர்த்துச் சமாளியுங்கள்.

இலக்குகளை அடையத் திட்டமிடுங்கள்

எந்தவொரு வகையான வெற்றிக்கும் தொடர்புடைய மிக முக்கியமான வார்த்தை 'தெளிவு' என்பதுதான். தாங்கள் யார் என்பதைப் பற்றியும், தங்கள் வாழ்வின் ஒவ்வொரு பகுதியிலும் தங்களுக்கு என்ன வேண்டும் என்பது பற்றியும் வெற்றிகரமான மக்கள் மிகத் தெளிவாக இருக்கிறார்கள். எழுத்துபூர்வமான இலக்குகளோடு கூடவே, செயற்திட்டங்களையும் எழுத்துபூர்வமாக வகுத்துக் கொண்டு, தினமும் அவர்கள் அவற்றை நிறைவேற்றுகின்றனர்.

நீங்கள் உங்களுக்கும் உங்கள் தொழில்வாழ்க்கைக்கும் ஒரு பெரிய இலக்கை நிர்ணயித்தவுடன், உங்களை நீங்களே கேட்டுக் கொள்ள வேண்டிய நான்கு கேள்விகள் உள்ளன. அவை பின்வருமாறு:

1. **உங்களுக்கும் உங்கள் இலக்கிற்கும் குறுக்கே நிற்கின்ற முட்டுக்கட்டைகளும் பிரச்சனைகளும் என்னென்ன?** நீங்கள் ஏன் இன்னும் உங்கள் இலக்கை அடைந்திருக்கவில்லை? எது உங்களை இழுத்துப் பிடித்துக் கொண்டிருக்கிறது? எது உங்கள் வழியை மறித்துக் கொண்டு நிற்கிறது? உங்கள் இலக்கை அடைவதற்கு நீங்கள் தீர்க்க வேண்டிய பிரச்சனைகள் எவை, நீங்கள் மீள வேண்டிய தடைகள் எவை?

   நீங்கள் தீர்க்க வேண்டிய பிரச்சனைகள் அனைத்திலும், எந்த 20 சதவீதப் பிரச்சனைகள் உங்களுக்கும் உங்கள் இலக்கிற்கும் குறுக்கே இருக்கின்ற 80 சதவீதத் தடைகளுக்குக் காரணமாக இருக்கின்றன?

2. **உங்கள் இலக்கை அடையவோ அல்லது உங்களுடைய பணித்திட்டத்தை நிறைவேற்றவோ நீங்கள் கைவசப்படுத்தியாக வேண்டிய கூடுதல் திறமைகள், தகவல்கள், மற்றும் அறிவு எவை?** "எவை உங்களை இவ்வளவு தூரம் அழைத்து வந்துள்ளனவோ, அவை உங்களை இதற்கு மேல் முன்னால் நகர்த்திச் செல்லுவதற்கு போதுமானவை அல்ல," என்ற கூற்றை நினைவில் கொள்ளுங்கள்.

   நீங்கள் உங்கள் இலக்கை அடைவதற்குத் தேவையான கூடுதல் அறிவையும் திறமைகளையும் எங்கே கைவசப்படுத்துவது? உங்களுக்குத் தேவையான தகவல்களையும் அறிவையும் உங்களால் வாங்க முடியுமா அல்லது அவற்றைப் பெற்றுள்ள ஒருவரை உங்களால் வேலைக்கு எடுத்துக் கொள்ள முடியுமா? நீங்கள் உங்கள் வேலையில் உங்களுடைய முழுமையான ஆற்றலைப் பயன்படுத்திச் செயல்படுவதற்கு உதவக்கூடிய புதிய திறமைகள் எவற்றையேனும் நீங்கள் உங்களிடம் வளர்த்தெடுக்க வேண்டியுள்ளதா? உங்கள் இலக்கை அடைவதற்கான பயணத்தில் நீங்கள் சரியான தீர்மானங்களை மேற்கொள்ளுவதற்கு எந்த மாதிரியான தகவல்கள் உங்களுக்கு இன்றியமையாதவையாக இருக்கின்றன?

"தான் அறிந்து வைத்திருக்கும் விஷயங்கள் ஒரு மனிதனைக் காயப்படுத்துவதில்லை. உண்மையற்ற விஷயங்களை அறிந்து வைத்திருப்பதுதான் அவனை வதைக்கிறது," என்று ஜோஷ் பில்லிங்க்ஸ் கூறியுள்ளார்.

3. **நீங்கள் உங்கள் இலக்கை அடைவதற்கு உங்களுக்கு யாருடைய உதவியும் ஒத்துழைப்பும் தேவைப்படுகின்றன?** எந்தக் குழுக்களுடைய அல்லது எந்த அமைப்புகளுடைய உதவியும் ஒத்துழைப்பும் உங்களுக்கு இன்றியமையாதவையாக இருக்கின்றன? சில சமயங்களில், ஒரு தனிநபரால் உங்களுக்கு யோசனைகளையும் உள்நோக்குகளையும் கொடுக்க முடியும் அல்லது வாய்ப்புக் கதவுகளைத் திறந்துவிட முடியும். அதன் மூலம், நீங்கள் நினைத்ததைவிட அதிகமானவற்றை நீங்கள் சாதிப்பதற்கு அவர்களால் உங்களுக்கு உதவ முடியும். அதனால்தான், சில சமயங்களில், போட்டி நிறுவனங்கள் இரண்டு ஒன்றுசேர்ந்து, தாங்கள் தற்போது தத்தம் வாடிக்கையாளர்களுக்கு வழங்கிக் கொண்டிராத சேவைகளையும் பொருட்களையும் தங்களுடைய அனைத்து வாடிக்கையாளர்களுக்கும் இணைந்து வழங்குகின்றன.

4. **நீங்கள் உங்கள் இலக்கை அடைய உங்களுக்கு உதவக்கூடியவர்களில் மிகவும் முக்கியமானவர் யார்?** அந்நபரின் உதவியையும் ஒத்துழைப்பையும் பெறுவதற்குக் கைமாறாக உங்களால் அவருக்கு என்ன கொடுக்க முடியும்?

எந்தவொரு வேலையையும் துவக்குவதற்கு முன்பாக விரிவான மற்றும் விபரமான செயற்திட்டங்களை உருவாக்கிக் கொள்ளுகின்ற மக்கள்தான் வியாபாரத்திலும் நம்மைச் சூழ்ந்துள்ள உலகத்திலும் மிக முக்கியமான பணித்திட்டங்களை நிறைவேற்றுகின்றனர். உங்களுக்கும் உங்கள் வேலைக்கும் எழுத்துபூர்வமான திட்டங்களை உருவாக்கிக் கொள்ளுங்கள். பிறகு, அவை வெற்றி பெறும்வரை அவற்றை மிகவும் கவனமாகச் செயல்படுத்திக் கொண்டே இருங்கள்.

அத்தியாயம் ஆறு

உங்களுடைய பணித்திட்டங்களைத் தெளிவாகத் திட்டமிட்டுக் கொள்ளுங்கள்

ஒரு வியாபாரத்தில் பெரும்பான்மை வேலை பல தொடர்ச்சியான பணித்திட்டங்களே. உங்கள் பணித்திட்டங்களை முழுமையாக நிறைவேற்றுவதற்கான உங்கள் திறன்தான் உங்கள் தொழில்வாழ்க்கையில் உங்கள் வெற்றியைப் பெருமளவு தீர்மானிக்கிறது. ஒரு பணித்திட்டம் என்பது 'ஒரே நேரத்தில் பல நடவடிக்கைகள் மேற்கொள்ளப்பட வேண்டியுள்ள ஒரு வேலை' என்று வரையறுக்கப்படுகிறது.

உங்களுடைய செயற்திறனை உச்சபட்சமாக அதிகரித்துக் கொள்ளுவதற்கும் உங்களுடைய சாதனைகளை அதிகரித்துக் கொள்ளுவதற்கும் நீங்கள் பயன்படுத்தக்கூடிய மிகவும் சக்திவாய்ந்த கருவி ஒன்று உள்ளது. 'சரிபார்ப்புப் பட்டியல்' என்பது அதன் பெயர். அதில் பல விஷயங்கள் எழுத்துபூர்வமாகவும் காலவரிசைப்படியும் குறிப்பிடப்பட்டிருக்கும். நீங்கள் எந்தவொரு வேலையையும் துவக்குவதற்கு முன்பாக உருவாக்குகின்ற ஒரு பட்டியல் அது.

இன்று நீங்கள் இருக்கும் நிலையிலிருந்து துவக்கி, உங்கள் பணித்திட்டம் முழுமையாக நிறைவேறும்வரை நீங்கள் மேற்கொள்ள வேண்டிய அனைத்து நடவடிக்கைகளையும் தெளிவாக வரையறுப்பதற்கும் தீர்மானிப்பதற்குமான உங்கள் திறன் மேன்மையான சிந்தனையின் ஓர் அடையாளச் சின்னமாகும். நான் முன்பே குறிப்பிட்டதைப்போல, திட்டமிடுவதிலும் சரிபார்ப்புப் பட்டியல்களை உருவாக்குவதிலும் நீங்கள் செலவிடும் ஒவ்வொரு நிமிடமும், உங்கள் திட்டத்தைச் செயல்படுத்துவதிலும் வேலையை முழுமையாக நிறைவேற்றுவதிலும் பத்து நிமிடங்களை உங்களுக்கு மிச்சப்படுத்திக் கொடுக்கும். நிதானமான சிந்தனை எப்படி உங்கள் செயற்திறனையும் விளைவுகளையும் குறிப்பிடத்தக்க அளவு அதிகரித்து, இறுதியில் உங்கள் நிறுவனத்திற்கு நீங்கள் வழங்குகின்ற மதிப்பான பங்களிப்பையும் அதிகரிக்கிறது என்பதற்கான இன்னோர் எடுத்துக்காட்டு இது.

திட்ட மதிப்பீட்டுப் பரிசீலனை உத்தி வரைபடம்

உங்களுடைய பெரிய பணித்திட்டங்களையும் வேலைகளையும் காட்சிபூர்வமான வரைபடங்களாக உருவாக்கிக் கொள்ளுங்கள். மற்றவர்களுக்கு அவற்றைப் புரிய வைப்பதை அந்த வரைபடங்கள் எளிதாக்குகின்றன.

நீங்கள் விரும்புகின்ற விளைவுகளைப் பெறுவதற்கு நீங்கள் அடைய வேண்டிய இலக்குகளைத் தீர்மானிப்பதிலிருந்து துவக்குங்கள். இறுதி முடிவை மனத்தில் இருத்திச் சிந்தியுங்கள். உங்கள் இலக்குகள் சிறப்பாக நிறைவேறியிருக்கும்போது அவை எப்படி இருக்கும் என்று அவை குறித்து முழுத் தெளிவு பெறுவதற்கு நேரம் எடுத்துக் கொள்ளுங்கள். நீங்கள் இன்று இருக்கும் இடத்திலிருந்து, எதிர்காலத்தில் நீங்கள் சென்றடைய விரும்புகின்ற இடத்தைச் சென்றடைவதற்கு நீங்கள் மேற்கொள்ள வேண்டிய அனைத்து நடவடிக்கைகளையும் ஒரு பட்டியலாகத் தயாரித்துக் கொள்ளுங்கள்.

பிறகு இந்தப் பட்டியலை அப்படியே ஒரு வரைபடமாக உருவாக்கிக் கொள்ளுங்கள். உலகம் நெடுகிலுமுள்ள வெற்றிகரமான நிறுவனங்கள் இந்த உத்தியைப் பின்பற்றுகின்றன.

இத்தகைய வரைபடங்களின் பல வடிவங்கள் இணையத்தளத்தில் ஏராளமாக இருக்கின்றன. PERT Chart என்று இணையத்தளத்தில் தேடினால் இவற்றின் பல மாதிரிகள் கிடைக்கும். அவற்றில் எதை வேண்டுமானாலும் நீங்கள் பயன்படுத்திக் கொள்ளலாம்.

ஒரு பணித்திட்டம் துவக்கப்பட வேண்டிய நாள், அது முடிவடைய வேண்டிய நாள். எடுக்கப்பட வேண்டிய நடவடிக்கைகள், அந்த நடவடிக்கைகள் எந்த வரிசையில் எடுக்கப்பட வேண்டும் என்பது பற்றிய விபரங்கள், அவை ஒவ்வொன்றுக்குமான காலக்கெடுக்கள் ஆகியவை உட்பட, அந்தப் பணித்திட்டத்தை முழுமையாக நிறைவேற்றி நடைமுறையில் அமல்படுத்துவது தொடர்பான அனைத்து விஷயங்களும் அந்த வரைபடத்தில் இடம்பெற்றிருக்க வேண்டும். இத்தகைய ஒரு வரைபடத்தின் உதவியுடன் நீங்கள் செயல்படும்போது, காலக்கெடுக்கள் உங்களைத் திணறடிக்காது. உங்கள் பணித்திட்டங்கள் எப்போதும் உங்கள் கட்டுப்பாட்டில் இருக்கும்.

ஒரு வேலை இந்த மாதக் கடைசிக்குள் நிறைவடைய வேண்டும் என்றால், பதினைந்து அல்லது இருபதாம் நாளை ஒட்டி அதற்குச் சிறிது கூடுதல் நேரத்தை ஒதுக்கிக் கொள்ளுங்கள். ஏதேனும் தாமதங்களோ அல்லது பிரச்சனைகளோ எழுந்தால், அந்தக் கூடுதல் நேரம் உங்களுக்கு உதவிகரமாக இருக்கும்.

குறிப்பிட்டக் காலக்கெடுவுக்குள் ஒரு வேலையை நிறைவேற்ற வேண்டியிருக்கும்போது எதிர்பாராத தாமதங்களும் பிரச்சனைகளும் தடைகளும் தோல்விகளும் ஏற்படத்தான் செய்யும் என்று மேல்மட்டத்தில் இருக்கும் அதிகாரிகள் அனுமானிக்கின்றனர். இவை ஒரு வியாபாரத்தின் இயல்பான பகுதிதான். ஆனால், அத்தகைய இடையூறுகள் எழும்போது துரிதமாகச் செயல்பட்டு அவற்றுக்குத் தீர்வு கண்டு, உங்கள் பணித்திட்டத்தை முன்னோக்கி எடுத்துச் செல்ல வேண்டிய வேலை உங்களுடையது. நீங்கள் ஒரு வரைபடத்தைக் கொண்டு செயல்படும்போது, அதன் வாயிலாகக் கிடைக்கின்ற தெளிவின் காரணமாக, நீங்கள் மிக அதிகமாகச் சாதிப்பீர்கள், நடவடிக்கைகளுக்கு இடையே மிகக் குறைவான பிரச்சனைகளையே நீங்கள் எதிர்கொள்ளுவீர்கள்.

எல்லோருக்கும் தெளிவான இலக்குகளை நிர்ணயம் செய்யுங்கள்

உங்கள் பணித்திட்டத்தில் உங்களோடு இணைந்து பணியாற்றவுள்ள நபர்களோடு வெறுமனே நல்ல உரையாடல்களை நிகழ்த்துவதையும் அவர்களைக் குறித்து நல்ல நோக்கங்களை மட்டும் கொண்டிருப்பதையும்விட, அவர்கள் ஒவ்வொருவருக்கும் தெளிவான மற்றும் எழுத்துபூர்வமான இலக்குகளை நிர்ணயித்துக் கொடுப்பதன் மூலம் நீங்கள் அதிகமாகச் சாதிப்பீர்கள். இலக்குகள் தெளிவாகவும், திட்டவட்டமாகவும், அளவிடத்தக்கவையாகவும், காலக்கெடுக்களை உள்ளடக்கியவையாகவும் இருக்கும்படி அவற்றை அமையுங்கள். அளவிடப்படக்கூடிய விஷயங்கள்தான் செய்து முடிக்கப்படுகின்றன என்பதை நினைவில் கொள்ளுங்கள். ஒரு காலக்கெடு இல்லாத ஓர் இலக்கு உண்மையில் ஓர் இலக்கே அல்ல. அது வெறும் வாய்ச்சவடால் மட்டுமே.

ஒரு வேலையை அல்லது பணித்திட்டத்தை நிறைவேற்றுவதில் உள்ளடங்கியுள்ள இலக்குகள் ஒவ்வொன்றையும் ஒரு குறிப்பிட்ட நபரின் பொறுப்பில் நீங்கள் ஒப்படைக்க வேண்டும்? யார் இந்தக் குறிப்பிட்டக் காரியத்தை நிறைவேற்றப் போகிறார்கள்? அது எப்போது செய்து முடிக்கப்பட வேண்டும்? அது எத்தகைய தரம் வாய்ந்ததாக இருக்க வேண்டும்? எப்போதும் இக்கேள்விகளைக் கேளுங்கள். நீங்கள் தங்களிடமிருந்து என்ன எதிர்பார்க்கிறீர்கள் என்பதை மக்கள் தாங்களாகவே அறிவார்கள் என்று ஒருபோதும் அனுமானிக்காதீர்கள். நீங்கள்தான் உங்கள் எதிர்பார்ப்புகளை அவர்களிடம் தெளிவாக எடுத்துரைக்க வேண்டும்.

அமெரிக்காவின் ஜெனரல் மோட்டார்ஸ் நிறுவனம் 2009ல் பெரும் இழப்புகளுக்கு உள்ளாகி, முற்றிலுமாக திவாலாகியது. ஆனால் 2012ல் அது 490 கோடி டாலர்கள் லாபம் சம்பாதித்தது. அந்நிறுவனத்தின் தலைவரான டேன் ஏக்கர்சன் இது பற்றிக் கூறியபோது, "நிறுவனத்தில் ஒவ்வொரு நிலையிலும் உள்ள முக்கியமான நபர்கள் ஒவ்வொருவருக்கும் தெளிவான இலக்குகளை நிர்ணயித்துக் கொடுத்ததுதான் எங்கள் நிறுவனம் மீண்டும் உயிர்பெற்று வெற்றி பெற்றதற்குக் காரணம்," என்று குறிப்பிட்டார். அவர் அந்நிறுவனத்தின் தலைவர்

பொறுப்பை ஏற்பதற்கு முன்பு, அந்நிறுவனம் நெடுகிலும் இலக்குகள் தெளிவற்றவையாகவும் போதுமான அளவு வலியுறுத்தப்படாமலும் இருந்ததையும், அவை அரிதாகவே நிறைவேற்றப்பட்டதையும் கவனித்தார். அவர் எல்லோருக்கும் தெளிவான மற்றும் திட்டவட்டமான இலக்குகளை நிர்ணயித்தப் பிறகு, தங்கள் வேலையைத் தக்கவைத்துக் கொள்ளுவதற்கும் நிறுவனத்தில் தொடர்ந்து முன்னேறுவதற்கும் தாங்கள் என்ன செய்ய வேண்டும் என்பதை அவருடைய ஊழியர்கள் ஒவ்வொருவரும் தெளிவாக அறிந்து கொண்டனர்.

சிந்திப்பதற்கான திறன்தான் உங்களுடைய மிக அற்புதமான திறமை என்பதை நினைவில் கொள்ளுங்கள். குறிப்பாக, விஷயங்களை முன்கூட்டியே விரிவாகவும் விபரமாகவும் சிந்திப்பதற்கான திறன் உண்மையிலேயே சிறப்பான ஒன்றாகும். எழுத்துபூர்வமாகச் சிந்திப்பதற்கும் திட்டமிடுவதற்கும் நீங்கள் எவ்வளவு அதிக நேரத்தைச் செலவிடுகிறீர்களோ, அவ்வளவு அதிகச் சிறப்பான விளைவுகளை நீங்கள் பெறுவீர்கள், அவற்றை அவ்வளவு அதிக வேகமாகவும் பெறுவீர்கள்.

அத்தியாயம் ஏழு

உங்களுடைய அன்றாட வேலைப் பட்டியலை உருவாக்கிக் கொள்ளுங்கள்

நேர நிர்வாகத்திற்கான மிகவும் சக்திவாய்ந்த ஒரு கருவி, அன்றாடம் நீங்கள் செய்ய வேண்டிய வேலைகளை உள்ளடக்கிய ஒரு பட்டியல்தான். அது ஒவ்வொரு நாளும் உங்களுடைய வழிகாட்டியாகச் செயல்படுகிறது.

நேரத்தை வெற்றிகரமாக நிர்ணயிப்பவர்கள் எழுத்துபூர்வமாகச் சிந்திக்கின்றனர், தங்கள அன்றாட வேலைகளை ஒரு பட்டியலிட்டுக் கொண்டு செயல்படுகின்றனர். ஒரு விமானி தன் விமானத்தைக் கிளப்புவதற்கு முன்பாக ஒரு சரிபார்ப்புப் பட்டியலைப் பயன்படுத்துவதைப்போல, உயர்ந்த செயற்திறன் கொண்ட அதிகாரிகள் தங்களுடைய ஒவ்வொரு நாளையும் துவக்குவதற்கு முன்பாக அன்றைய தினம் தாங்கள் செய்ய வேண்டிய வேலைகளை உள்ளடக்கிய ஒரு பட்டியலைத் தயாரித்துக் கொள்ளுவதற்கு ஒருசில நிமிடங்களை எடுத்துக் கொள்ளுகின்றனர்.

அடுத்த நாளுக்கான பட்டியலை முதல் நாளன்று இரவே தயாரிப்பது சிறந்த பலனளிக்கும். ஏனெனில், நீங்கள் தூங்கும்போது உங்கள் ஆழ்மனம் அந்தப் பட்டியலின்மீது செயல்படும். காலையில் நீங்கள் கண்விழிக்கும்போது, உங்கள் பட்டியலில் உள்ள மிக முக்கியமான இலக்குகள் சிலவற்றை நீங்கள் அடைய உங்களுக்கு உதவக்கூடிய யோசனைகளையும் உள்நோக்குகளையும் நீங்கள் பெறுவீர்கள்.

ஒவ்வொரு நாளின் முடிவிலும் நீங்கள் செய்ய வேண்டிய கடைசி விஷயம், மறுநாளைத் திட்டமிட்டுக் கொள்ளுவதுதான். உயர்ந்த செயற்திறன் கொண்ட பெருநிறுவன அதிகாரிகள் ஐம்பது பேரைக் கொண்டு நடத்தப்பட்ட ஓர் ஆய்வில், அன்றாடம் செய்யப்பட வேண்டிய வேலைகளை முன்கூட்டியே எழுத்துபூர்வமாகப் பட்டியலிட்டுக் கொள்ளுவதுதான் நேரத்தைச் சிறப்பாக நிர்வகிப்பதற்குத் தாங்கள் கண்டுகொண்ட மிகச் சிறந்த கருவி என்று அவர்களில் நாற்பத்து ஒன்பது பேர் கூறினர்.

நன்றாகத் தூங்குங்கள்

மறுநாள் தாங்கள் செய்ய வேண்டிய ஒரு முக்கியமான வேலையை நினைவில் வைத்துக் கொள்ள முயற்சித்துப் பலர் தங்கள் இரவு நேரத் தூக்கத்தைக் கெடுத்துக் கொள்ளுகின்றனர். அவர்கள் நிம்மதியாகத் தூங்காமல் அங்குமிங்கும் புரண்டு படுத்தபடி இருக்கின்றனர். தூங்கப் போவதற்கு முன்பாக, மறுநாள் நீங்கள் செய்ய வேண்டிய வேலைகளை ஒரு பட்டியலாக உருவாக்கிக் கொண்டால், நீங்கள் நன்றாகத் தூங்குவீர்கள், காலையில் புத்துணர்ச்சியோடு எழுந்திருப்பீர்கள்.

தினமும் அன்றைய நாளுக்கான உங்கள் வேலைகளைப் பட்டியலிட்டுக் கொள்ளுவதற்கு வெறும் பன்னிரண்டு நிமிடங்களே தேவைப்படுவதாக நேர நிர்வாக வல்லுனர்கள் கூறுகின்றனர். ஆனால், இப்பட்டியல் உங்கள் உற்பத்தித்திறனை வெகுவாக மேம்படுத்துவதன் மூலம் உங்கள் நேரத்தைப் பத்து மடங்கு மிச்சப்படுத்திக் கொடுக்கும். ஒரு தினசரிப் பட்டியலைத் தயாரிப்பதில் செலவிடப்படுகின்ற பன்னிரண்டு நிமிடங்கள், நீங்கள் உங்கள் வேலையைத் துவக்கும்போது உங்களுக்கு 120

நிமிடங்களைத் திருப்பிக் கொடுக்கும். அதாவது, கூடுதலாக இரண்டு மணிநேர உற்பத்தியைப் பெற்றுக் கொடுக்கிறது. ஓர் அன்றாடப் பட்டியலைத் தயாரித்தல் என்ற ஓர் எளிய செயலால் விளைகின்ற நம்புதற்கரிய ஒரு வெகுமதி அது.

'ஏபிசிடிஇ' வழிமுறை

மறுநாள் நீங்கள் செய்யத் திட்டமிட்டுள்ள எல்லா வேலைகளையும் நீங்கள் ஒரு பட்டியலிட்டப் பிறகு, அதிலுள்ள நடவடிக்கைகளை 'ஏபிசிடிஇ' வழிமுறையைக் கொண்டு ஒழுங்கமைத்துக் கொள்ளுங்கள்.

'பின்விளைவுகள்' என்பது நேர நிர்வாகத்தில் உள்ள மிக முக்கியமான வார்த்தையாகும். ஒரு வேலையைச் செய்வதாலோ அல்லது செய்யாமல் போவதாலோ ஏற்படக்கூடிய பின்விளைவுகளைக் கொண்டுதான் அந்த வேலை முக்கியத்துவம் பெறுகிறது. நீங்கள் முன்னுரிமைகளை நிர்ணயிக்கும்போது, எந்த நடவடிக்கை மிகப் பெரிய பின்விளைவுகளைக் கொண்டுள்ளதோ, அதற்குத்தான் எப்போதும் முதல் முன்னுரிமை கொடுக்கப்பட வேண்டும். குறிப்பாக இங்குதான் 'ஏபிசிடிஇ' வழிமுறை மிகவும் உதவிகரமாக உள்ளது.

மறுநாள் நீங்கள் செய்ய வேண்டிய எல்லாவற்றையும் முதலில் ஒரு பட்டியலிடுங்கள். பிறகு, அவை ஒவ்வொன்றுக்கும் முன்பாக, ஏ, பி, சி, டி, அல்லது இ என்று எழுதிக் கொள்ளுங்கள்.

'ஏ' என்று குறிக்கப்பட்டுள்ள நடவடிக்கை நீங்கள் கண்டிப்பாகச் செய்தாக வேண்டிய ஒன்றாகும். அது மிகவும் முக்கியமானது. அதைச் செய்தால் அல்லது செய்யாவிட்டால் தீவிரமான பின்விளைவுகள் இருக்கும். நீங்கள் உங்களுடைய பொறுப்புகளை நிறைவேற்றுவதற்கு எந்த வேலைகளைக் கண்டிப்பாகச் செய்து முடிக்க வேண்டுமோ, அவற்றுக்கு முன்னால் 'ஏ' என்று எழுதிக் கொள்ளுங்கள்.

'பி' என்று குறிக்கப்பட்டுள்ள நடவடிக்கைகளும் நீங்கள் செய்ய வேண்டியவைதான். ஆனால், அவற்றைச் செய்வதால் அல்லது செய்யாமல் போவதால் லேசான பின்விளைவுகள் ஏற்படும். 'ஏ' என்று குறிக்கப்பட்டுள்ள நடவடிக்கைகள் அளவுக்கு

இவை முக்கியமல்ல. ‘ஏ’ நடவடிக்கை ஒன்று செய்யப்படாமல் இருக்கும்போது, ‘பி’ நடவடிக்கைகள் பக்கம் நீங்கள் தலை வைத்துப் படுக்கக்கூடாது என்பது விதிமுறையாகும்.

‘சி’ நடவடிக்கைகள் செய்வதற்கு இனிமையானவையாக இருக்கும், ஆனால் அவற்றுக்கு நேர்மறையான பின்விளைவுகளோ அல்லது எதிர்மறையான பின்விளைவுகளோ இருக்காது. சக ஊழியர் ஒருவருடன் அரட்டையடிப்பது, கூடுதலாக ஒரு கப் காபி அருந்துவது, உங்கள் மின்னஞ்சல்களைப் படிப்பது போன்றவை குதூலகமூட்டுபவையாக இருக்கும், ஆனால் நீங்கள் இவற்றைச் செய்தாலும் சரி இல்லாவிட்டாலும் சரி, உங்கள் வேலையில் நீங்கள் திறமையாகச் செயல்படுவதைப் பொருத்தவரை இவை எந்தப் பின்விளைவுகளையும் ஏற்படுத்தப் போவதில்லை.

நேர விரயம் உங்கள் தொழில்வாழ்க்கையைச் சீரழிக்கிறது

ராபர்ட் ஹாஃப் இன்டர்நேஷனல் என்ற அமைப்பு நடத்திய ஓர் ஆய்வில், மக்கள் தங்களுடைய வேலை நேரத்தின் 50 சதவீதத்தை நிறுவனத்திற்கு எந்தப் பங்கும் அளிக்காத ‘சி’ நடவடிக்கைகளில் செலவிடுவது கண்டுபிடிக்கப்பட்டுள்ளது.

நாம் எல்லோருமே பழக்கத்தின் அடிமைகள்தான். ஆற்றலுடனும் உயர்ந்த செயற்திறனுடனும் செயல்படுகின்ற மக்கள் நல்ல பழக்கங்களை உருவாக்கிக் கொண்டு, அவற்றைத் தங்களுடைய எஜமானாக ஆக்கிக் கொள்ளுகின்றனர். வேலையில் தங்களிடம் எதிர்பார்க்கப்படும் விளைவுகளைப் பெற்றுக் கொடுக்க முடியாத, செயற்திறன் குன்றிய மக்கள் தவறுதலாக மோசமான பழக்கங்களைத் தங்களிடம் உருவாக்கிக் கொள்ளுகின்றனர். பிறகு, அந்த மோசமான பழக்கங்கள் அவர்களுடைய வாழ்க்கையைக் கட்டுப்படுத்தத் தொடங்கிவிடுகின்றன.

வேலைக்குத் தாமதமாக வந்து, பிறகு உடனடியாக, நேரத்தை விரயம் செய்கின்ற மற்றும் நிறுவனத்திற்கு எந்த விதத்திலும் பலனளிக்காத நடவடிக்கைகளில் ஈடுபடும் பழக்கத்திற்குப் பலர் அடிமைப்பட்டுள்ளனர். அவர்கள் தங்கள் அலுவலகத்திற்குள் நுழைந்த உடனேயே யாருடனாவது அரட்டையடிக்கத் தொடங்குகின்றனர், செய்தித்தாளைப் படிக்கின்றனர்,

மின்னஞ்சல்களைப் பார்க்கின்றனர், அல்லது காபி அருந்தப் போய்விடுகின்றனர். பொதுவாக, அவர்கள் அன்றைய நாளை ஓட்டத் தொடங்குகின்றனர்.

நீங்கள் எந்தவொரு காரியத்தை மீண்டும் மீண்டும் செய்து கொண்டே இருக்கிறீர்களோ, விரைவில் அது ஒரு பழக்கமாக மாறிவிடுகிறது. துரதிர்ஷ்டவசமாக, தங்களுக்கோ அல்லது தங்களுடைய நிறுவனத்திற்கோ எந்த விதத்திலும் மதிப்புக் கூட்டாத மற்றும் பலனளிக்காத நடவடிக்கைகளில் தங்கள் நேரத்தை விரயம் செய்யும் பழக்கத்தைப் பெரும்பாலான மக்கள் தங்களிடம் வளர்த்துக் கொண்டிருக்கின்றனர். இது உங்களுக்கு நேராதபடி பார்த்துக் கொள்ளுங்கள்.

வேலைகளை மற்றவர்களிடம் பகிர்ந்தளிப்பதற்கு முக்கியத்துவம் கொடுங்கள்

'ஏபிசிடிஇ' வழிமுறையில், ஒரு 'டி' நடவடிக்கை என்பது நீங்கள் இன்னொருவரிடம் பகிர்ந்தளிக்கக்கூடிய ஒரு வேலையாகும். நீங்கள் உங்களுடைய 'ஏ' நடவடிக்கைகளில் அதிக நேரம் செலவிடுவதற்கு உங்களுக்கு நீங்களே உதவிக் கொள்ளும் விதத்தில், உங்களால் முடிந்தவரை மற்ற எல்லா வேலைகளையும் மற்றவர்களிடம் பகிர்ந்தளித்துவிடுங்கள். உங்களுடைய 'ஏ' நடவடிக்கைகளும் அவற்றை நீங்கள் வெற்றிகரமாகச் செய்து முடிப்பதும்தான் உங்கள் தொழில்வாழ்க்கையில் நீங்கள் எவ்வளவு தூரம் முன்னேறுகிறீர்கள் என்பதைப் பெருமளவு தீர்மானிக்கின்றன.

ஒரு 'இ' நடவடிக்கை என்பது நீங்கள் முற்றிலுமாகத் தூக்கியெறிய வேண்டிய ஒன்றாகும். நீங்கள் செய்ய வேண்டிய தேவை இல்லாத விஷயங்களைச் செய்வதை நீங்கள் நிறுத்தினால்தான், உங்கள் நேரத்தை உங்கள் கட்டுப்பாட்டிற்குள் கொண்டுவர முடியும்.

தங்கள் தொழில்வாழ்க்கையில் ஒரு காலகட்டத்தில் ஒரு சௌகரிய வட்டத்திற்குள் மக்கள் தஞ்சம் அடைந்துவிடுவது இயல்பானதுதான். சில குறிப்பிட்ட நடவடிக்கைகளை ஒரு குறிப்பிட்ட விதத்தில் செய்வது அவர்களுக்கு சௌகரியமாக

இருக்கிறது, அவர்களுக்கு அது பழகிப் போய்விடுகிறது. உயர்ந்த பொறுப்புகளை உள்ளடக்கிய பதவிகளுக்கு அவர்கள் உயர்த்தப்பட்டப் பிறகும், செய்யத் தேவையற்ற விஷயங்களை அல்லது மற்றவர்களிடம் ஒப்படைக்கப்படக்கூடிய விஷயங்களை அவர்கள் தொடர்ந்து செய்து கொண்டிருக்கின்றனர்.

"நான் இந்த நடவடிக்கையில் ஈடுபடுவதை நிறுத்தினால் என்ன நிகழும்?" என்று உங்களை நீங்களே கேளுங்கள். அந்த நடவடிக்கை உங்கள் வேலைக்கோ அல்லது தொழிலுக்கோ எந்த வித்தியாசத்தையும் ஏற்படுத்தாது என்றால், முற்றிலுமாகக் களையப்பட வேண்டிய ஒரு நடவடிக்கை அது என்று நீங்கள் உறுதியாக நம்பலாம்.

உங்கள் வேலையைத் திட்டமிடுங்கள், அத்திட்டத்தைச் செயல்படுத்துங்கள்

உங்கள் பட்டியலில் இல்லாத எதுவொன்றையும் ஒருபோதும் செய்யாதீர்கள். ஒரு புதிய வேலையோ அல்லது பணித்திட்டமோ உங்களிடம் ஒப்படைக்கப்படும்போது, அதைத் துவக்குவதற்கு முன்பாக அதை உங்கள் பட்டியலில் எழுதிக் கொண்டு, அதற்கு ஒரு முன்னுரிமையை நிர்ணயம் செய்யுங்கள். புதிய யோசனைகளையும் நடவடிக்கைகளையும் எழுதிக் கொள்ளாமல், வெறுமனே உங்களுடைய நேரத்தை அபகரிக்கின்ற விஷயங்களுக்கு நீங்கள் தொடர்ந்து செயல்விடை அளித்துக் கொண்டும் எதிர்வினை ஆற்றிக் கொண்டும் இருந்தால், விரைவில் உங்களுடைய அன்றைய தினம் உங்கள் கட்டுப்பாட்டிலிருந்து நழுவிச் சென்றுவிடும். நீங்கள் உங்கள் பெரும்பான்மை நேரத்தை, குறைந்த மதிப்புக் கொண்ட அல்லது எந்த மதிப்புமே இல்லாத நடவடிக்கைகளில் செலவிட்டுக் கொண்டிருப்பீர்கள்.

நேர நிர்வாக அமைப்புமுறை எதுவுமே இல்லாமல் இருப்பதைவிட ஏதோ ஒரு நேர நிர்வாக அமைப்புமுறையை நீங்கள் கடைபிடிப்பது நல்லது. உங்கள் நேரத்தைச் சிறப்பாக நிர்வகிப்பதற்கு உங்களுக்கு உதவக்கூடிய பல ஸ்மார்ட்ஃபோன் 'ஆப்ஸ்' இப்போது இருக்கின்றன. நீங்கள் உங்கள் கணினியில் நிறுவக்கூடிய சில நேர நிர்வாக அமைப்புமுறைகளும்

இருக்கின்றன. எழுத்துபூர்வமான நேர நிர்வாக அமைப்புமுறை ஒன்றையும் நீங்கள் பயன்படுத்தலாம். அதை நீங்கள் எங்கு சென்றாலும் கூடவே எடுத்துச் செல்லலாம்.

வேலையுலகில், உங்களிடம் உள்ள ஒரே விற்பனைப் பொருள் நேரம் மட்டும்தான் என்பதை நினைவில் வைத்திடுங்கள். உங்கள் நிறுவனத்திற்கு மிக முக்கியமான பங்களிப்புகளை வழங்கக்கூடிய மிகவும் மதிப்புவாய்ந்த மற்றும் மிகவும் முக்கியமான விஷயங்களைச் செய்வதில் நீங்கள் உங்கள் நேரத்தைச் செலவிட்டுக் கொண்டிருப்பதை உறுதி செய்து கொள்ளுங்கள்.

‘செய்யக்கூடாத வேலைகள்’ பட்டியல்

‘செய்யப்பட வேண்டிய வேலைகள்’ பட்டியலைப்போலவே, ‘செய்யக்கூடாத வேலைகள்’ பட்டியலும் உங்களுக்கு இன்றியமையாததாகும். உங்கள் வேலையில் நீங்கள் சரியான பாதையில் பயணித்துக் கொண்டிருப்பதை உறுதி செய்வதற்கு இவ்விரு பட்டியல்களும் உங்களுக்குத் தேவை. ‘செய்யக்கூடாத வேலைகள்’ பட்டியலில் இடம்பெற்றுள்ள விஷயங்கள், உங்களுக்கு எவ்வளவு சபலத்தை ஏற்படுத்தினாலும், நீங்கள் ஒருபோதும் செய்யப் போவதில்லை என்று முன்கூட்டியே தீர்மானிக்கின்ற விஷயங்களாகும்.

“முடியாது என்று கூறிவிடுங்கள்!” என்று நான்சி ரீகன் ஒருமுறை கூறினார். உங்கள் நேரத்தைக் காவு வாங்கக்கூடிய, மதிப்பேதும் இல்லாத எந்தவொரு நடவடிக்கையையும் மேற்கொள்ள மறுத்துவிடுங்கள்.

நேர நிர்வாக உலகில், “முடியாது!” என்பதுதான் உங்கள் நேரத்தை மிச்சப்படுத்திக் கொடுக்கக்கூடிய மாபெரும் வார்த்தையாகும். இந்த வார்த்தையை நீங்கள் பயன்படுத்தத் தொடங்கியவுடன், அதைக் கூறுவது உங்களுக்கு அதிக எளிதாக ஆகிவிடும்.

உங்களுடைய நேரத்தை மிக அதிகமாக விரயம் செய்பவர்கள் மக்கள்தான் என்பதை நினைவில் கொள்ளுங்கள். உங்களால் தனக்கு உதவ முடியுமா அல்லது ஏதேனும் ஒரு காரியத்தைச் செய்ய முடியுமா என்று யாரேனும் உங்களிடம் கேட்கும்போது,

“இக்கணத்தில் என்னுடைய நேரத்தை இவ்விஷயத்திற்குச் செலவிடுவது மதிப்பு வாய்ந்ததுதானா?” என்று உங்களை நீங்களே கேட்டுக் கொள்ளுங்கள்.

‘இல்லை’ என்பது பதிலாக இருந்தால், நீங்கள் அவரிடம் பண்போடு, “என்னிடம் கேட்டதற்கு நன்றி. சிந்திக்க எனக்குச் சிறிது நேரம் தேவை. நான் என்னுடைய நேர அட்டவணையைப் பரிசீலித்துவிட்டு, என்னால் உங்களுக்கு உதவ முடியுமா இல்லையா என்பதை நான் உங்களுக்குத் தெரிவிக்கிறேன்,” என்று பதிலளிக்கலாம்.

நீங்கள் இருபத்து நான்கு மணிநேரம் காத்திருந்துவிட்டு, அந்நபரைத் தொலைபேசியில் அழைத்து, துரதிர்ஷ்டவசமாக இக்கணத்தில் உங்களுக்கு ஏகப்பட்ட வேலைகள் இருப்பதாகவும், உங்களால் அவருக்கு உதவ முடியாது என்றும் நயமாகக் கூறுங்கள். உங்களிடம் உதவி கேட்டதற்கு மீண்டும் அவருக்கு நன்றி தெரிவித்துவிட்டு, அடுத்த முறை உங்களுக்குச் சற்றுக் குறைவான வேலைகள் இருக்கக்கூடும் என்றும், அப்போது அவருக்கு நிச்சயமாக நீங்கள் உதவுவீர்கள் என்றும் அவரிடம் கூறுங்கள்.

குறைந்த மதிப்புக் கொண்ட விஷயங்களைச் செய்வதை நீங்கள் முற்றிலுமாக நிறுத்தும்போதுதான் உங்கள் நேரத்தை உங்களால் உங்கள் கட்டுப்பாட்டிற்குள் கொண்டுவர முடியும் என்பதை நினைவில் வைத்திடுங்கள். உங்களால் செய்ய முடிகின்ற வேலைகளைவிட மிக அதிகமான வேலைகள் ஏற்கனவே உங்களிடம் குவிந்துள்ளன. உங்களுடைய தற்போதைய வேலைகளும் பொறுப்புகளுமே உரிய காலத்திற்குள் நிறைவேற்றப்பட முடியாதவையாக இருக்கும்போது, தினமும் உங்களை நோக்கிப் பாய்ந்தோடி வருகின்ற கூடுதல் வேலைகளையும் பொறுப்புகளையும் ஏற்றுக் கொள்ளுவது உங்களுக்குச் சாத்தியப்படாது. எனவே, முடியாது என்று தயங்காமல் கூறுங்கள். அதைச் சீக்கிரமாகவும் அடிக்கடியும் கூறுங்கள். விரைவில், உங்கள் நேரம் முழுமையாக உங்களுடைய கட்டுப்பாட்டிற்குள் வந்துவிடும்.

அத்தியாயம் எட்டு

தெளிவான முன்னுரிமைகளை நிர்ணயம் செய்யுங்கள்

நேர நிர்வாகம் பற்றி நான் முப்பதாண்டுகளுக்கும் மேலாக ஆய்வு செய்து வந்துள்ளேன், அது தொடர்பான நூற்றுக்கணக்கான புத்தகங்களையும் கட்டுரைகளையும் படித்துள்ளேன், எண்ணற்றப் பயிலரங்குகளில் கலந்து கொண்டுள்ளேன், ஆடியோ பயிற்சித் திட்டங்களைக் கேட்டுள்ளேன். நான் சேகரித்துள்ள யோசனைகளைப் பயன்படுத்தி, நேர நிர்வாகம் பற்றி நான் சுயமாகப் புத்தகங்கள் எழுதியுள்ளேன். அவை உலகம் நெடுகிலும் சிறப்பாக விற்பனையாகிக் கொண்டிருக்கின்றன. நேர நிர்வாகம் பற்றிய பல ஆடியோ மற்றும் வீடியோ நிகழ்ச்சிகளையும் நான் தயாரித்துள்ளேன். நேர நிர்வாகம் பற்றிய பயிலரங்களையும் கருத்தரங்குகளையும் உலகம் நெடுகிலும் நான் நடத்தி வந்துள்ளேன்.

என்னுடைய பல்லாண்டுகால ஆராய்ச்சியின் ஊடாக நான் ஓர் எளிய விஷயத்தைக் கண்டுகொண்டேன்: இக்கணத்தில் நீங்கள் செய்ய வேண்டிய மிக முக்கியமான வேலை எது என்பதை

நீங்கள் தீர்மானிக்க உங்களுக்கு உதவுகின்ற ஒரு விஷயம்தான் நேர நிர்வாகம். அந்த விஷயத்தை நிறைவேற்றுவதற்கு நீங்கள் செய்யக்கூடிய வேலைகளை நீங்கள் உடனடியாகத் துவக்குவதற்குத் தேவையான உத்திகளையும் கருவிகளையும் அது உங்களுக்குக் கொடுக்கிறது.

முந்தைய அத்தியாயத்தில் 'ஏபிசிடிஇ' வழிமுறையை நான் விவரித்தேன். முன்னுரிமைகளை நிர்ணயிப்பதற்கான மிகவும் சக்திவாய்ந்த வழிமுறைகளில் ஒன்று அது. முன்னுரிமைகளை நிர்ணயிப்பதற்கு இன்னும் பல கூடுதல் உத்திகள் உள்ளன.

பரேட்டோ கொள்கை

1895ல், இத்தாலியப் பொருளாதார நிபுணரான வில்ஃபிரெடோ பரேட்டோ ஒரு விஷயத்தைக் கண்டுபிடித்தார். 80/20 விதி ஒவ்வொரு சமுதாயத்திலும் பணம், சொத்துக்கள், மற்றும் செல்வக் குவிப்பிற்குப் பொருந்துகிறது என்று அவர் கூறினார். 20 சதவீதத் தனிநபர்களும் குடும்பங்களும் ஐரோப்பாவின் 80 சதவீதச் செல்வத்தையும் சொத்துக்களையும் கட்டுப்படுத்திக் கொண்டிருந்ததை அவர் தன்னுடைய பல்லாண்டுகால ஆராய்ச்சியின் ஊடாகக் கண்டறிந்தார்.

மனித முயற்சிகளை உள்ளடக்கிய அனைத்துப் பகுதிகளுக்கும் இந்த 80/20 விதி பொருந்துகிறது. குறிப்பாக, செயல்நடவடிக்கைகள் மற்றும் பொறுப்புகள் விஷயத்தில் இது மிகக் கச்சிதமாகப் பொருந்துகிறது. நீங்கள் செய்கின்ற வேலைகளில் 20 சதவீதம், நீங்கள் செய்கின்ற அனைத்து வேலைகளின் மொத்த மதிப்பில் 80 சதவீதத்திற்குக் காரணமாக இருப்பதாக அந்த விதி கூறுகிறது. பெரும்பாலும் '90/10' விதிதான் நடைமுறையில் இருப்பதாகப் பீட்டர் டிரக்கர் கூறியுள்ளார். சில சமயங்களில், நீங்கள் செய்கின்ற வேலையில் 10 சதவீதம் 90சதவீத மதிப்பிற்குக் காரணமாகிறது.

அன்றைய தினம் மேற்கொள்ளப்பட வேண்டிய நடவடிக்கைகளையும் நிறைவேற்றப்பட வேண்டிய பொறுப்புகளையும் உள்ளடக்கிய ஒரு பட்டியலோடு நீங்கள் ஒவ்வொரு நாளையும் துவக்கும்போது, உங்களுடைய மிக

முக்கியமான இலக்குகளையும் குறிக்கோள்களையும் நீங்கள் அடைவதில் மிகப் பெரிய பங்களிப்புகளை வழங்கக்கூடிய இருபது சதவீத நடவடிக்கைகளை உங்கள் பட்டியலிலிருந்து தேர்ந்தெடுத்துக் கொள்ளுங்கள். ஒரு குறிப்பிட்ட நாளில் நீங்கள் பத்து வேலைகளைச் செய்து முடிக்க வேண்டியிருந்தால், அவற்றில் இரண்டு வேலைகள் மற்ற எல்லா வேலைகளின் மொத்த மதிப்பைவிட அதிக மதிப்பு வாய்ந்தவையாக இருக்கும்.

அந்த இரண்டு வேலைகளைத் தெளிவாக அடையாளம் கண்டுகொண்டு, முதலில் அவற்றை நிறைவேற்றத் தொடங்குவதற்கான உங்கள் திறன் உங்கள் தொழில்வாழ்க்கையில் உங்கள் வெற்றியைப் பெருமளவு தீர்மானிக்கிறது.

உங்களுக்கு நீங்களே அழுத்தம் ஏற்படுத்திக் கொள்ளுங்கள்

முன்னுரிமைகளை நிர்ணயிப்பதற்கு நீங்கள் பயன்படுத்தக்கூடிய இன்னோர் உத்தி இது. உங்களுடைய அன்றாட வேலைப் பட்டியலை உருவாக்கிக் கொண்டு, பின்வரும் கேள்வியை உங்களிடம் கேட்டுக் கொள்ளுங்கள்: "நாளையிலிருந்து ஒரு மாதத்திற்கு நான் வெளியூர் செல்ல வேண்டியிருந்தால், இந்தப் பட்டியலில் உள்ள எந்த வேலைகளை நான் இன்றே நிறைவேற்ற விரும்புவேன்?"

நேர நிர்வாகம் மற்றும் தனிப்பட்ட உற்பத்தித்திறனின் மாபெரும் எதிரி 'குறைந்த முக்கியத்துவம் வாய்ந்த வேலைகளில் அதிக கவனம் செலுத்துவது.' எந்தப் பாதையில் குறைவான எதிர்ப்பைத் தாங்கள் எதிர்கொள்ளுவோமோ, எது தங்களுக்கு மிகவும் வசதியாக இருக்குமோ, அந்தப் பாதையைப் பின்தொடர்ந்து செல்லுவதுதான் மக்களுடைய இயல்பான போக்காக இருக்கிறது. சிறிய, சுலபமான, குதூகலமான, முக்கியத்துவமற்ற நடவடிக்கைகளை நாளின் துவக்கத்தில் செய்யத் தொடங்குவது மக்களுக்கு இயல்பானதுதான்.

ஆனால், நாளின் துவக்கத்தில் நீங்கள் எதைச் செய்யத் தொடங்குகிறீர்களோ, அது அன்றைய நாளின் எஞ்சிய நேரம் முழுவதும் நீங்கள் செய்கின்ற ஒரு காரியமாக ஆகிவிடும்.

அன்றைய நாளின் முடிவில், நீங்கள் உங்களுடைய நேரம் முழுவதையும் அந்த முக்கியத்துவமற்ற நடவடிக்கைகளில் செலவிட்டிருப்பதை நீங்கள் கண்டறிவீர்கள். மதிப்பான எதையும் நீங்கள் செய்திருக்க மாட்டீர்கள்.

அதிக முக்கியத்துவம் வாய்ந்த விஷயங்களைச் செய்து முடியுங்கள்

நீங்கள் பயன்படுத்தக்கூடிய இன்னோர் உத்தி இது. திங்கட்கிழமை காலையில் நீங்கள் உங்கள் அலுவலகத்திற்குள் நுழைந்தவுடன் உங்கள் மேலதிகாரி உங்களை அணுகி ஓர் இக்கட்டான சூழ்நிலையை உங்கள்முன் வைக்கிறார் என்று கற்பனை செய்து கொள்ளுங்கள். தனக்கு ஒரு பரிசு கிடைத்திருப்பதாகவும், ஆனால் தன்னுடைய வேலைச் சுமை காரணமாக அதைத் தன்னால் இக்கணத்தில் ஏற்றுக் கொள்ள முடியவில்லை என்றும் அவர் கூறுகிறார். அது என்ன பரிசு என்கிறீர்களா? ஓர் அழகான இடத்தில் ஒரு பிரம்மாண்டமான ஹோட்டலில் இரண்டு நபர்களுக்கான ஓர் உல்லாச விடுமுறைதான் அது. பரிசு கொடுக்கின்ற நிறுவனமே இருவருக்குமான செலவுகள் அனைத்தையும் ஏற்றுக் கொள்ளவிருக்கிறது. முதல் வகுப்பு விமானப் பயணமும் அதில் அடங்கும். ஆனால் இதில் ஒரு சிக்கல் இருக்கிறது. அந்த வாய்ப்பு நாளை காலையில் பயன்படுத்தப்பட்டாக வேண்டும். அதன் பிறகு அந்த வாய்ப்புக் காலாவதியாகிவிடும்.

உங்கள் மேலதிகாரி உங்களுக்கு ஒரு வாய்ப்புக் கொடுக்கிறார். மிக முக்கியமான வேலைகள் அனைத்தையும் திங்கட்கிழமை மாலைக்குள் நீங்கள் செய்து முடித்துவிட்டால், நீங்களும் உங்கள் மனைவியும் அந்த இனிமையான விடுமுறையில் சென்றுவரலாம். உங்கள் மேலதிகாரி தனக்குக் கிடைத்தப் பரிசை உங்களுக்குக் கொடுக்கத் தயாராக இருக்கிறார்.

இத்தகைய ஒரு வாய்ப்பு உங்களுக்குக் கிடைத்தால் இப்போது நீங்கள் என்ன செய்வீர்கள்? ஓரே ஒரு நாளில் எவ்வளவு வேலைகளை உங்களால் செய்து முடிக்கிறது என்பதைக் கண்டு நீங்கள் வியந்து போவீர்கள். இந்த ஒட்டுமொத்த வாரத்திற்கும்

நீங்கள் திட்டமிட்டுள்ள மேல்மட்ட 20 சதவீத வேலைகளை இன்று ஒரே நாளில் நீங்கள் செய்து முடித்துவிடுவீர்கள்.

இப்படி ஓர் அருமையான வாய்ப்புக் கிடைத்தால், நீங்கள் ஒரு நிமிடத்தைக்கூட விரயம் செய்ய மாட்டீர்கள், இல்லையா? உங்கள் சக ஊழியர்களுடன் வீணாக அரட்டையடிக்க உங்களுக்கு நேரமிருக்காது. காலையில் முன்னதாகவே நீங்கள் உங்கள் வேலையைத் துவக்குவீர்கள். தேநீர் இடைவேளைகளையும் மதிய உணவு இடைவேளையையும் நீங்கள் விட்டுத்தள்ளுவீர்கள். உங்களுடைய முக்கியமான வேலைகளைச் செய்து முடித்து உங்கள் மேசையைத் துப்புரவாக வைப்பதில் நீங்கள் ஒருமித்த கவனம் செலுத்துவீர்கள். ஒரே இரவில் நீங்கள் உங்கள் நிறுவனத்தின் மிகவும் ஆக்கபூர்வமான நபர்களில் ஒருவராக ஆகிவிடுவீர்கள்.

இப்பயிற்சியை முயற்சித்துப் பார்ப்பது உங்களுக்கு நல்ல பலனளிக்கும். உங்களுடைய செயற்திறன் என்பது உங்களுடைய விருப்பத்தேர்வு அன்றி வேறு எதுவும் இல்லை என்பதை நீங்கள் உணர்ந்து கொள்ளுவீர்கள். ஏதோ ஒரு விதத்தில் போதுமான ஊக்குவிப்பு உங்களுக்கு இருந்து மன உறுதியும் இருந்தால், நீங்கள் உடனடியாக உங்கள் நிறுவனத்தின் மிகவும் மதிப்புவாய்ந்த நபர்களில் ஒருவராக மாறிவிடுவீர்கள்.

மூன்றின் விதி

இக்கொள்கை மிகவும் இன்றியமையாதது. என்னுடைய தொழில்வாழ்க்கையில் காலப்போக்கில் நான் கண்டுகொண்ட ஒரு விஷயம் இது. நான் ஆயிரக்கணக்கான உயரதிகாரிகளுடனும் வியாபார உரிமையாளர்களுடனும் இணைந்து செயல்பட்டிருக்கிறேன். ஒரு வாரத்திலோ அல்லது மாதத்திலோ நீங்கள் எத்தனை வித்தியாசமான விஷயங்களைச் செய்தாலும் சரி, மூன்று நடவடிக்கைகள் மட்டுமே நீங்கள் உங்கள் வேலைக்கு அளிக்கின்ற பங்களிப்பின் 90 சதவீத மதிப்பிற்குக் காரணமாக இருக்கின்றன.

ஒரு மாதத்தின் ஊடாகப் பொதுவாக நீங்கள் செய்கின்ற அனைத்து வேலைகளையும் நீங்கள் ஒரு பட்டியலிட்டால், இருபது, முப்பது, அல்லது நாற்பது வெவ்வேறு வேலைகளும்

பொறுப்புகளும் அதில் இடம்பெறக்கூடும். ஆனால் வரிசையாக ஒவ்வொரு நடவடிக்கையாக நீங்கள் அப்பட்டியலைப் பரிசீலித்தால், அவற்றில் மூன்றே மூன்று விஷயங்கள் உங்கள் நிறுவனத்திற்கு நீங்கள் அளிக்கின்ற மதிப்பான பங்களிப்பில் 90 சதவீதத்திற்குக் காரணமாக இருப்பதை நீங்கள் காண்பீர்கள்.

அந்த 'மூன்று பெரிய விஷயங்கள்' எவை என்று எப்படித் தீர்மானிப்பது? மாதத்தின் முதல் நாளில் தொடங்கி மாதக் கடைசி நாள்வரை நீங்கள் செய்யக்கூடிய அனைத்து வேலைகளையும் பட்டியலிடுங்கள். பிறகு, பின்வரும் மூன்று மாயாஜாலக் கேள்விகளை உங்களை நீங்களே கேட்டுக் கொள்ளுங்கள்:

1. **"இப்பட்டியலில் உள்ளவற்றில் ஒரே ஒரு விஷயத்தை மட்டுமே நாள் முழுவதும் என்னால் செய்ய முடியும் என்றால், எந்த ஒரு நடவடிக்கை என்னுடைய நிறுவனத்திற்கு மிகவும் மதிப்பு வாய்ந்ததாக இருக்கும்?"** எந்த ஒரு நடவடிக்கை உங்கள் நிறுவனத்திற்கு மிகப் பெரிய பங்களிப்பை வழங்குமோ, அது உங்கள் கண்முன்னே அந்தப் பட்டியலிலிருந்து துள்ளிக் குதிக்கக்கூடும். அது உங்களுக்குத் தெளிவாகத் தெரியும். அந்த விஷயத்தைக் குறித்துக் கொள்ளுங்கள்.
2. **"இப்பட்டியலில் உள்ளவற்றில் இரண்டு விஷயங்களை மட்டுமே நாள் முழுவதும் என்னால் செய்ய முடியும் என்றால், எந்த இரண்டாவது நடவடிக்கை என்னுடைய நிறுவனத்திற்கு மிகவும் மதிப்பு வாய்ந்ததாக இருக்கும்?"** வழக்கமாக இந்த விஷயமும் உங்கள் கண்முன்னே துள்ளிக் குதிக்கும். ஆனால் இதற்கு நீங்கள் சற்றுக் கூடுதலாகச் சிந்திக்க வேண்டியிருக்கும்.
3. **"இப்பட்டியலில் உள்ளவற்றில் மூன்று விஷயங்களை மட்டுமே நாள் முழுவதும் என்னால் செய்ய முடியும் என்றால், எந்த மூன்றாவது நடவடிக்கை என்னுடைய நிறுவனத்திற்கு மிகவும் மதிப்பு வாய்ந்ததாக இருக்கும்?"** நீங்கள் உங்கள் விடைகளை ஆய்வு செய்தால், மூன்று விஷயங்கள் மட்டுமே உங்களுடைய அனைத்துப் பங்களிப்புகளுக்கும் காரணமாக இருப்பதை நீங்கள் காண்பீர்கள். இந்த மூன்றையும் துவக்கி முழுமையாக நிறைவேற்றுவது நீங்கள் செய்யக்கூடிய மற்ற அனைத்தைவிடவும் அதிக முக்கியமானதாகும்.

நீங்கள் கவனிக்க வேண்டிய ஒரு முக்கியமான கருத்து இது: மேற்குறிப்பிடப்பட்ட மூன்று கேள்விகளுக்குமான விடைகள் உங்களுக்குத் தெரியவில்லை என்றால், நீங்கள் தீவிரப் பிரச்சனையில் இருக்கிறீர்கள் என்று பொருள். நீங்கள் உங்கள் வேலையில் உங்கள் நேரத்தையும் வாழ்க்கையையும் வீணாக்கும் ஆபத்தில் இருக்கிறீர்கள். இந்த மாயாஜாலமான கேள்விகளுக்கான விடைகள் உங்களுக்குத் தெரியாவிட்டால், முக்கியத்துவமற்ற வேலைகளையே நீங்கள் எப்போதும் செய்து கொண்டிருப்பீர்கள்.

ஏதோ காரணத்திற்காக உங்களுக்குத் தெளிவு இல்லை என்றால், உங்கள் மேலதிகாரியிடம் செல்லுங்கள். உங்கள் வேலையில் நீங்கள் மிகச் சிறந்த பங்களிப்பை வழங்குவதற்கு நீங்கள் செய்ய வேண்டிய மூன்று முக்கியமான விஷயங்கள் என்று அவர் எவற்றைக் கருதுகிறார் என்று அவரிடம் கேளுங்கள். வேண்டுமானால் உங்கள் சக ஊழியர்களிடம் கேளுங்கள். ஆனால் நீங்கள் என்ன செய்தாலும் சரி, இந்த மூன்று கேள்விகளுக்கான விடைகள் உங்களுக்குக் கண்டிப்பாகத் தெரிந்திருக்க வேண்டும்.

மற்றவர்கள் தெளிவு பெற உதவுங்கள்

இந்த மூன்று பெரிய விடைகளும் உங்களுக்குத் தெளிவாகத் தெரிந்தவுடன், உங்களின்கீழ் பணியாற்றுகின்றவர்கள் ஒவ்வொருவரும் தங்களுடைய மூன்று பெரிய விடைகளை அறிந்து கொள்ள நீங்கள் அவர்களுக்கு உதவ வேண்டும். நீங்கள் அவர்களுக்குச் செய்யக்கூடிய அதிக அன்பான மற்றும் தாராளமான விஷயம் வேறு எதுவும் இல்லை.

சிறப்பாக நிர்வகிக்கப்படுகின்ற ஒரு துறையில் அல்லது நிறுவனத்தில் வேலை செய்கின்றவர்கள், தங்கள் துறைக்கோ அல்லது நிறுவனத்திற்கோ மிகச் சிறந்த பங்களிப்புகளை வழங்குவதற்குத் தாங்கள் செய்யக்கூடிய மிக முக்கியமான விஷயங்கள் எவை என்பதைத் தெளிவாக அறிந்திருக்கின்றனர். அதே நேரம், மற்ற ஊழியர்களுடைய மூன்று பெரிய விஷயங்களும் எவை என்பதைப் பரஸ்பரம் ஒவ்வோர் ஊழியரும் அறிந்திருக்க வேண்டும். அவ்விஷயங்களைச் செய்து முடிப்பதற்கு தினமும் எல்லோரும் தனித்தனியேயும் ஒருங்கிணைந்தும் செயல்பட வேண்டியது அவசியம்.

வேகமான சிந்தனையின் ஆதிக்கத்தின்கீழ் இருக்கின்ற மக்கள் நிகழ்காலத்தின் அழுத்தங்கள் மற்றும் கட்டாய எதிர்பார்ப்புகளுக்கு எதிர்வினையாற்றுகின்றனர், செயல்விடை அளிக்கின்றனர். மிக உயர்ந்த முன்னுரிமை கொண்ட நடவடிக்கைகளை அவர்கள் கண்டுகொள்ளுவதில்லை. ஆனால் இப்பழக்கம் உங்களுக்குச் சரிப்பட்டு வராது.

நீங்கள் உங்கள் வேலையைத் துவக்குவதற்கு முன்பு, நிதானமாகச் சிந்திப்பதற்குச் சிறிது நேரம் எடுத்துக் கொள்ளுங்கள், உங்களுடைய மிக முக்கியமான நடவடிக்கையைத் தேர்ந்தெடுத்துக் கொள்ளுங்கள், பிறகு மற்ற எல்லாவற்றையும் விட்டுவிட்டு அந்தக் குறிப்பிட்ட நடவடிக்கையை முழுமையாக நிறைவேற்றுவதில் ஒருமித்த கவனத்துடன் செயல்படுங்கள்.

அத்தியாயம் ஒன்பது

பாதை மாறாமல் இருங்கள்

“இக்கணத்தில் என்னுடைய நேரத்தை எதன்மீது செலவிடுவது எனக்கு மிகவும் மதிப்பு வாய்ந்ததாக இருக்கும்?”

நேர நிர்வாகம் தொடர்பான மிக முக்கியமான கேள்வி இது என்பதால், மிக உயர்ந்த மதிப்புக் கொண்ட நடவடிக்கையின்மீது நீங்கள் ஒருமித்த கவனம் செலுத்துவதற்கு உங்களுக்கு ஊக்கமும் உத்வேகமும் அளிக்கின்ற ஒரு வழிகாட்டியாக அது ஆகும்வரை இக்கேள்வியை உங்களிடம மீண்டும் மீண்டும் கேட்டுக் கொண்டே இருங்கள். இக்கேள்விக்கான விடையைச் சுற்றி நீங்கள் உங்கள் நேரத்தையும் வேலை தொடர்பான நடவடிக்கைகளையும் ஒழுங்கமைத்துக் கொள்ளும்போது, நீங்கள் மிக விரைவாக அதிக ஆக்கபூர்வமானவராக ஆவீர்கள்.

நான் சில சமயங்களில் என்னுடைய பார்வையாளர்களிடம், “உங்களுடைய உயர்ந்த விலைமதிப்புக் கொண்ட சொத்து எது?” என்று கேட்பதுண்டு.

அவர்கள் சிறிது நேரம் சிந்தித்துவிட்டு ஓரிரு விடைகளைக் கொடுப்பர். ஆனால், அதற்கான சரியான விடை, ‘உங்கள்

சம்பாத்தியத் திறன்' என்பதுதான் என்று நான் அவர்களுக்குச் சுட்டிக்காட்டுகிறேன். பணம் சம்பாதிப்பதற்கான உங்கள் திறன், உங்கள் தொழிலுலகில் உங்களுடைய பொருளாதார மதிப்பில் 80–90 சதவீதத்தைப் பிரதிநுதப்படுத்துகிறது.

நீங்கள் ஒரு 'சம்பாதிக்கும் இயந்திரம்' என்று உங்களைக் கருதிக் கொள்ளுங்கள். நீங்கள் ஈடுபட்டுள்ள ஒவ்வொரு நடவடிக்கையும் ஏதோ ஒரு வகையான மதிப்பான பங்களிப்பை வழங்குகிறது, அது உயர்வான மதிப்போ அல்லது குறைவான மதிப்போ. உங்கள் நேரத்தை மிகவும் மதிப்பான காரியங்கள்மீது செலவிடுவதை உறுதி செய்வதும், உங்கள் வேலைக்கும் உங்கள் நிறுவனத்திற்கும் மாபெரும் பங்களிப்புகளை வழங்குகின்ற அந்த ஒருசில நடவடிக்கைகளைத் தொடர்ந்து மேற்கொள்ளுவதற்கு உங்களை ஒழுங்கமைத்துக் கொள்ளுவதும்தான் உங்களுடைய வேலையாகும்.

ஒரு வாழ்க்கைமுறைக் கொள்கை

உங்கள் நேரத்தைச் சிறப்பாகப் பயன்படுத்துவது என்ற தேர்ந்தெடுப்பு உங்கள் வாழ்வின் ஒவ்வொரு பகுதிக்கும் பொருந்தும். சில சமயங்களில், நீங்கள் மிகக் கடினமாக உழைத்துக் கொண்டிருந்தாலும்கூட, வீட்டிற்குப் போய் இரவில் சீக்கிரமாகவே படுக்கச் சென்று இரவு முழுவதும் நன்றாகத் தூங்குவது உங்கள் நேரத்தின் மிகச் சிறந்த பயன்பாடாக இருக்கிறது. சில சமயங்களில், உங்கள் வாழ்வில் உள்ள முக்கியமான நபர்களோடு நேருக்கு நேர் அமர்ந்து நேரம் செலவிடுவது உங்கள் நேரத்தின் மிகச் சிறந்த பயன்பாடாக இருக்கிறது. மற்ற சமயங்களில், உங்கள் ஆரோக்கியத்தைப் பேணுவது, சரியான உணவைச் சாப்பிடுவது, உடற்பயிற்சி செய்வது, முறையாக ஓய்வெடுப்பது போன்றவை உங்கள் நேரத்தின் மிகச் சிறந்த பயன்பாடாக இருக்கக்கூடும்.

சில சமயங்களில், தொலைக்காட்சி நிகழ்ச்சிகளைப் பார்ப்பதற்கு பதிலாக உங்கள் குழந்தைகளுக்கு ஒரு புத்தகத்தைப் படித்துக் காட்டுவதோ, சமூக நிகழ்ச்சிகளில் கலந்து கொள்ளுவதோ, அல்லது நண்பர்கள் அல்லது குடும்ப உறுப்பினர்களோடு ஒன்றுசேர்ந்து இனிமையாகப் பொழுதைக் கழிப்பதோ உங்கள் நேரத்தின் சிறந்த பயன்பாடாக இருக்கும்.

“இக்கணத்தில் என்னுடைய நேரத்தின் மிகச் சிறந்த பயன்பாடு எது?” என்று உங்களை நீங்களே அடிக்கடிக் கேட்டுக் கொள்ள வேண்டியதுதான் இங்கு முக்கியம். பிறகு அந்தக் குறிப்பிட்ட நடவடிக்கையைத் துவக்கி அதை முழுமையாக நிறைவேற்றுவதற்கு நீங்கள் உங்களை ஒழுங்குபடுத்திக் கொள்ள வேண்டும். இந்த ஒரு பரிந்துரையை உங்கள் நேர நிர்வாகத் திறமைகளிலும் உங்களுடைய அன்றாடப் பொழுதுகளிலும் நீங்கள் செயல்படுத்தத் தொடங்கும்போது, நேரத்தை நிர்வகிப்பதில் நீங்கள் ஒரு திறமைசாலியாக ஆவீர்கள்.

பல வகை வேலைகள்

உங்களுடைய வேலையைப் பொருத்தவரை, முன்னுரிமைகளை நிர்ணயித்தல் என்பது ஒருசில முக்கியமான வேலைகளைக் குறைவான முக்கியத்துவம் வாய்ந்த பல வேலைகளிலிருந்து பிரிப்பதைப் பற்றியதுதான். தினமும் நீங்கள் நான்கு வெவ்வேறு வகையான நடவடிக்கைகளை எதிர்கொள்ளுகிறீர்கள். இவற்றை முறையாக வகைப்படுத்துவதற்கான உங்கள் திறன் உங்களுடைய உற்பத்தித்திறனைக் குறிப்பிடத்தக்க அளவு அதிகரிக்கும். இந்த நடவடிக்கைகள் ஒவ்வொன்றையும் ஒரு வித்தியாசமான கட்டத்திற்குள் அல்லது கால்சதுரத்திற்குள் அடக்க முடியும்.

முதலாவது கால்சதுரம்: அவசரமானவை மற்றும் முக்கியமானவை

ஒரு முக்கியமான நடவடிக்கை என்பது உங்கள் தொழில்வாழ்க்கையில் ஒரு நீண்டகாலப் பின்விளைவை ஏற்படுத்தக்கூடியது. ஓர் அவசரமான நடவடிக்கை என்பது தாமதிக்கப்பட முடியாத அல்லது தள்ளிப் போடப்பட முடியாத ஒன்று. எந்த ஒரு நடவடிக்கை அவசரமானதாகவும் முக்கியமானதாகவும் இருக்கிறதோ, அது உடனடியாக எதிர்கொள்ளப்பட வேண்டியதாக இருக்கிறது. நீங்கள் உங்களுடைய வேலையைச் சிறப்பாகச் செய்வதற்கு நீங்கள் கையாள வேண்டிய பல பொறுப்புகளை உள்ளடக்கியது அது. நீங்கள் பலரைப் பார்க்க வேண்டியிருக்கும், பல விஷயங்களைச் செய்ய

வேண்டியிருக்கும், பல இடங்களுக்குப் போக வேண்டியிருக்கும், சில வாடிக்கையாளர்களைச் சந்திக்க வேண்டியிருக்கும், மற்றவர்கள் உங்களிடம் எதிர்பார்க்கின்ற வேலைகளைச் செய்து முடிக்க வேண்டியிருக்கும். பெரும்பாலான மக்கள் தங்களுடைய வேலை நேரத்தின் பெரும்பகுதியை முக்கியமான மற்றும் அவசரமான நடவடிக்கைகளை மேற்கொண்டு அவற்றை நிறைவேற்றுவதிலேயே செலவிடுகின்றனர்.

உங்களுடைய மிக முக்கியமான நடவடிக்கைகள்தான், அதாவது, உங்களுடைய மிக உயர்ந்த முன்னுரிமைகள்தான், அவசரமானவை மற்றும் முக்கியமானவை ஆகும். உடனடியாக மேற்கொள்ளப்பட வேண்டிய நடவடிக்கைகளை உள்ளடக்கிய கால்சதுரம் இது.

இரண்டாவது கால்சதுரம்: முக்கியமானவை, ஆனால் அவசரமானவை அல்ல

இரண்டாவது வகையான நடவடிக்கைகள் முக்கியமானவை, ஆனால் அவசரமானவை அல்ல. நீங்கள் அவற்றைத் துவக்குவதைச் சிறிது காலம் தாமதப்படுத்தலாம் அல்லது தள்ளிப் போடலாம். மாதக் கடைசியில் நீங்கள் உங்கள் மேலதிகாரியிடம் சமர்ப்பிக்க வேண்டிய ஓர் அறிக்கையை இதற்கான ஓர் எடுத்துக்காட்டாகக் கருதலாம். அல்லது, கல்லூரியில் ஒரு செமஸ்டரின் முடிவில் ஒப்படைக்கப்பட வேண்டிய ஓர் ஆய்வுக் கட்டுரையைப் பற்றிச் சிந்தித்துப் பாருங்கள். அந்த செமஸ்டரில் நீங்கள் பெறக்கூடிய மதிப்பெண்களுக்கு அந்த ஆய்வுக் கட்டுரை இன்றியமையாததுதான், ஆனால் அதை ஒருசில வாரங்கள் அல்லது மாதங்கள்வரை உங்களால் தள்ளிப் போட முடியும். (பெரும்பாலான மாணவர்கள், அந்த ஆய்வுக் கட்டுரை சமர்ப்பிக்கப்பட வேண்டிய நாளுக்கு முந்தைய இரவில்தான் அதை எழுதவே தொடங்குவர். ஒரு நேரத்தில் முக்கியமானதாகவும் ஆனால் அவசரமற்றதாகவும் இருந்த அந்த வேலை, இப்போது மிகவும் அவசரமானதாக ஆகிவிடுகிறது.)

உங்கள் வாழ்நாள் நெடுகிலும், முக்கியமான ஆனால் அவசரமற்ற வேலைகள் உங்களைச் சூழ்ந்துள்ளன. உங்கள் துறை சார்ந்த புத்தகங்களைப் படித்தல், கூடுதல் பயிற்சி

வகுப்புகளில் கலந்து கொள்ளுதல், உங்களுடைய திறமைகளை மேம்படுத்துதல் ஆகியவை உங்களுடைய நீண்டகால வெற்றிக்கு இன்றியமையாதவையாகும், ஆனால் அவை அவசரமானவை அல்ல. எனவே, அவற்றைச் செய்வதை நீங்கள் காலம் தாழ்த்துகிறீர்கள். தங்கள் தொழிலில் தோல்வியைத் தழுவுகின்ற அல்லது குறைவாகச் சாதிக்கின்ற மக்களில் பெரும்பாலானோர், துரதிர்ஷ்டவசமாக, தங்களுடைய திறமைகளை மேம்படுத்திக் கொள்ளுவதைக் கால வரையறையின்றித் தள்ளிப் போட்டுவிடுவதால், அதிகமான பொறுப்புகளையும் வெகுமதிகளையும் அனுபவிக்க விரும்புகின்ற, உறுதியான மனம் படைத்த நபர்கள் அவர்களை வேகமாக முந்திச் சென்றுவிடுகின்றனர்.

உடற்பயிற்சி உங்கள் ஆரோக்கியத்திற்கு இன்றியமையாதது, ஆனால் அதுவும் அவசரமானது அல்ல. அதை நீங்கள் பல காலம் தள்ளிப் போடலாம். பெரும்பாலான மக்கள் அதைத்தான் செய்கின்றனர். ஆரம்பகாலத்தில் முறையான ஆரோக்கியப் பழக்கங்களை மக்கள் கடைபிடித்தால், வாழ்வில் பின்னாளில் ஏற்படக்கூடிய ஆரோக்கியப் பிரச்சனைகளில் 85 சதவீதத்தை நிச்சயமாக அவர்களால் தவிர்க்க முடியும் என்று மருத்துவர்கள் கூறுகின்றனர். உயர்ந்த செயற்திறன் தொடர்பான நடவடிக்கைகள் இந்தக் கால்சதுரத்திற்குள் அடங்குகின்றன.

மூன்றாவது கால்சதுரம்: அவசரமானவை, ஆனால் முக்கியமானவை அல்ல

சிலர் உங்கள் அலுவலகத்திற்கு வந்து உங்களை நேரில் சந்திப்பர், உங்களைத் தொலைபேசியில் அழைபபா, அல்லது உங்களுக்குக் குறுஞ்செய்திகளை அனுப்புவர். நீங்கள் இவர்களுக்குச் செயல்விடை அளிப்பது உங்கள் வேலைக்கோ அல்லது உங்கள் நிறுவனத்திற்கோ எந்தவொரு மதிப்பான பங்களிப்பையும் வழங்காது. இவை அவசரமான, ஆனால் முக்கியமற்ற வேலைகளைக் குறிக்கின்றன.

இந்தக் கால்சதுரம் 'மாயையின் கால்சதுரம்' என்று அழைக்கப்படுகிறது. தங்கள் வேலை நேரம் முழுவதும் மேற்குறிப்பிடப்பட்ட நடவடிக்கைகளில் தாங்கள் ஈடுபட்டிருப்பதால், அவை ஓரளவு மதிப்பு வாய்ந்தவையாகத்தான்

இருக்க வேண்டும் என்று மக்கள் நினைக்கின்றனர். ஆனால் உண்மையில், அவர்கள் தங்களுக்குத் தாங்களே குழி பறித்துக் கொண்டிருக்கின்றனர். பலர் தங்களுடைய வேலை நேரத்தின் ஐம்பது சதவீதத்தை இத்தகைய அவசரமான, ஆனால் முக்கியமற்ற நடவடிக்கைகளில்தான் செலவிடுகின்றனர். இந்நடவடிக்கைகள் சுலபமானவையாகவும் மகிழ்ச்சி அளிப்பவையாகவும் குதூகலமூட்டுபவையாகவும் இருக்கின்றன, ஆனால் உங்கள் வேலைக்கு எந்த விதத்திலும் பங்களிப்பதில்லை. சக ஊழியர்களுடனான வீண் அரட்டைகள், குறைந்த மதிப்புக் கொண்ட அல்லது மதிப்பே இல்லாத நடவடிக்கைகள் போன்றவை அவற்றில் அடங்கும்.

நான்காவது கால்சதுரம்: அவசரமற்றவை மற்றும் முக்கியமற்றவை

மக்கள் ஈடுபடுகின்ற நான்காவது வகையான நடவடிக்கைகள் இவை. இந்தக் கால்வட்டம் 'குப்பைகளின் கால்வட்டம்' என்று அழைக்கப்படுகிறது. தங்களுக்கோ அல்லது தங்கள் நிறுவனத்திற்கோ எந்தவிதமான மதிப்பான பங்களிப்பையும் வழங்காத நடவடிக்கைகளில் பலர் ஈடுபடுகின்றனர். தேவையற்ற மின்னஞ்சல்களைப் படிப்பது, விளையாட்டுச் செய்திகளைப் படிப்பது, பகல் பொழுதில் கடைவீதிக்குச் செல்லுவது போன்றவை அவசரமற்ற மற்றும் முக்கியமற்ற நடவடிக்கைகளைக் குறிக்கின்றன. அவை அனைத்தும் வெறும் நேர விரயம் மட்டுமே. அவை உங்கள் வாழ்க்கைக்கு எதையும் பங்களிப்பதில்லை.

நல்ல வேலைப் பழக்கங்களை உருவாக்கிக் கொள்ளுங்கள்

நீங்கள் ஒரு விஷயத்தை மீண்டும் மீண்டும் செய்து கொண்டே இருந்தால், விரைவில் அது ஒரு பழக்கமாக மாறிவிடும். ஒரு பழக்கம் உருவாகிவிட்டால், அதை முறிப்பது மிகவும் கடினமாக இருக்கிறது. மதிப்பற்ற விஷயங்களில் தங்கள் நேரத்தின் பெரும்பகுதியைச் செலவிடும் பழக்கத்தைத் தங்களிடம் வளர்த்துக் கொண்டுள்ள பலர், தாங்கள் பணிநீக்கம்

செய்யப்படும்போதோ அல்லது தங்களுக்குப் பதவி உயர்வுகள் கிடைக்காமல் போகும்போதோ திகைக்கின்றனர்.

நேரத்தைச் சிறப்பாக நிர்ணயிப்பதற்கு நீங்கள் தெளிவான முன்னுரிமைகளை அமைத்துக் கொள்ள வேண்டியது இன்றியமையாதது. பிறகு, அவசரமான மற்றும் முக்கியமான நடவடிக்கைகளிலிருந்து நீங்கள் துவக்க வேண்டும். அவை அனைத்தையும் செய்து முடித்தவுடன், இக்கணத்தில் முக்கியமான ஆனால் அவசரமற்ற நடவடிக்கைகளை மேற்கொள்ளுங்கள். இந்த நடவடிக்கைகள்தான் நீண்டகால நோக்கில் உங்கள் தொழில்வாழ்க்கையில் ஓர் அர்த்தமுள்ள பங்களிப்பை வழங்குகின்றன.

அத்தியாயம் பத்து

உங்கள் தொழில்வாழ்க்கையின் முக்கியப் பகுதிகளைத் தீர்மானித்துக் கொள்ளுங்கள்

உங்களுக்கு மிகவும் மதிப்பு வாய்ந்த மற்றும் முக்கியமான விஷயங்களை நாள் முழுவதும் செய்வது உங்கள் உற்பத்தித்திறனை அதிகரித்துக் கொள்ளுவதற்கான சிறந்த வழியாகும்.

எந்தப் பகுதிகளில் சிறப்பான விளைவுகளைப் பெற வேண்டியது முக்கியம் என்பதைப் பற்றித் தெளிவாக அறிந்திருப்பது உயர்ந்த செயற்திறனுக்கும் உயர்ந்த உற்பத்தித்திறனுக்கும் இன்றியமையாததது. நீங்கள் எந்த விஷயங்களைச் செய்வதற்காகவும் எவற்றைச் சாதிப்பதற்காகவும் வேலைக்கு எடுத்துக் கொள்ளப்பட்டிருக்கிறீர்களோ, அவைதான் உங்களுடைய முக்கிய விளைவுப் பகுதிகளாகும். நீங்கள் உங்கள் நிறுவனத்திற்கு வழங்கக்கூடிய மதிப்பான பங்களிப்புகளைப் பொருத்தவரை, அவைதான் உங்களுடைய முக்கிய முன்னுரிமைகளாகும். அவற்றை நிறைவேற்றுவதுதான் நீங்கள் உங்களுக்கும் உங்கள் நிறுவனத்திற்குமான பொறுப்புகளை நிறைவேற்றியிருக்கிறீர்களா இல்லையா என்பதைத் தீர்மானிக்கிறது.

நீங்கள் எந்த முக்கியமான விளைவுகளைப் பெற்றுக் கொடுப்பதற்காகப் பணிநியமனம் செய்யப்பட்டிருக்கிறீர்கள்? இக்கேள்வியை வேறு விதமாக உங்களிடம் இப்படிக் கேட்டுப் பாருங்கள்: "எனக்கு ஏன் சம்பளம் கொடுக்கப்படுகிறது?" இக்கேள்வியை தினமும் ஒவ்வொரு நிமிடமும் நீங்கள் கேட்டுக் கொள்ள வேண்டும். குறிப்பாக, உங்களைத் திணறடிக்கும் அளவுக்கு வேலையும் மிகக் குறைவான நேரம் இருக்கும்போது இக்கேள்வியைக் கேட்டுக் கொள்ளுவது மிகவும் முக்கியமாகும்.

ஒரு முக்கிய விளைவுப் பகுதி மூன்று பண்புநலன்களைக் கொண்டுள்ளது:

1. உங்கள் வேலையில் உள்ள பொறுப்புகளையும் எதிர்பார்ப்புகளையும் நிறைவேற்றுவதற்கு நீங்கள் செய்ய கண்டிப்பாகச் செய்தாக வேண்டிய ஒன்று அது.
2. அதற்கான 100 சதவீதப் பொறுப்பு உங்களுடையதுதான். அந்த வேலையை நீங்கள் செய்யாவிட்டால், வேறு யாராலும் அதைச் செய்ய முடியாது, வேறு யாரும் அதைச் செய்யவும் மாட்டார்கள்.
3. முழுக்க முழுக்க உங்கள் கட்டுப்பாட்டில் உள்ள ஒரு வேலை அது. அதை நிறைவேற்றுவதற்கு யாருடைய உதவியும் உங்களுக்குத் தேவையில்லை.

உங்களுடைய முக்கிய விளைவுப் பகுதிகள் எவை என்று துல்லியமாக உங்களுக்குத் தெரியவில்லை என்றால், உங்கள் மேலதிகாரியிடம் சென்று கேளுங்கள். "எனக்குத் துல்லியமாக எதற்காகச் சம்பளம் கொடுக்கப்படுகிறது?" என்று அவரிடம் நேரடியாகக் கேளுங்கள்.

இக்கேள்விக்கு எப்படி விடையளிப்பது என்று பெரும்பாலான மேலதிகாரிகளுக்குத் தெரிவதில்லை என்று ஆச்சரியமான விஷயம். உங்களுக்கு ஏன் சம்பளம் கொடுக்கப்படுகிறது என்பதைப் பற்றி மட்டுமல்ல, தங்களுக்கு ஏன் சம்பளம் கொடுக்கப்படுகிறது என்பதைப் பற்றியும் அவர்கள் ஒருபோதும் சிந்தித்ததில்லை. நீங்கள் இக்கேள்வியை உங்கள் மேலதிகாரியிடம் கேட்டு, சிந்திக்கும் கட்டாயத்திற்கு அவரை உட்படுத்தும்போது, நீங்கள் இருவருமே உங்கள் வேலையில்

அதிக ஆக்கபூர்வமானவர்களாகவும் சிறப்பான விளைவுகளைப் பெற்றுக் கொடுப்பவர்களாகவும் ஆவீர்கள்.

பாதை தவறிச் சென்றுவிடாதீர்கள்

முக்கிய விளைவுகள் தொடர்பான இரண்டாவது கேள்வி இது: "என்னால் மட்டுமே செய்ய முடிகின்ற எந்த ஒரு காரியம், அதை நான் சிறப்பாகச் செய்யும் பட்சத்தில், என் நிறுவனத்திற்கு ஓர் உண்மையான வேறுபாட்டை ஏற்படுத்தும்?"

இக்கேள்விக்கு நாளின் ஒவ்வொரு மணிநேரமும் ஒரு குறிப்பிட்ட விடை இருக்கிறது.

உங்கள் வேலையில் உங்களால் மட்டுமே செய்ய முடிகின்ற சில விஷயங்கள் இருக்கின்றன. நீங்கள் அவற்றைச் செய்யாவிட்டால், வேறு யாரும் அவற்றை உங்களுக்காகச் செய்ய மாட்டார்கள். நீங்கள் அவற்றைச் சிறப்பாகச் செய்தால், அது உங்கள் வேலைக்கும் உங்கள் நிறுவனத்திற்கும் ஓர் அசாதாரணமான வித்தியாசத்தை ஏற்படுத்தும். உங்கள் வேலைக்கு மிகவும் மதிப்பான பங்களிப்பை வழங்கக்கூடிய திட்டவட்டமான நடவடிக்கைகள் இவை. நீங்கள் மிக உயர்ந்த நிலையில் செயல்பட விரும்பினால், எந்த நடவடிக்கைகள் மற்ற அனைத்தையும்விட அதிக மதிப்பானவை என்பதையும், எவற்றை உங்களால் மட்டுமே சிறப்பாகச் செய்ய முடியும் என்பதையும் நீங்கள் தெளிவாக அறிந்திருக்க வேண்டும்.

உங்கள் வெற்றிக்கும் உங்கள் பங்களிப்புகளுக்கும் கிட்டத்தட்ட எந்த வித்தியாசத்தையும் ஏற்படுத்தாத, நீங்கள் சிறப்பாகச் செய்யக்கூடிய நூற்றுக்கணக்கான சிறு விஷயங்கள் எப்போதும் இருக்கத்தான் செய்கின்றன என்பதை நினைவில் வைத்திடுங்கள். அவ்விஷயங்கள் உங்களுக்கு எவ்விதத்திலும் உதவுவதில்லை.

முக்கிய விளைவுப் பகுதிகள்மீது ஒருமித்த கவனம் செலுத்துவதுதான் உங்களுடைய உச்சபட்சச் செயற்திறனையும் சக்தியையும் உற்சாகத்தையும் ஆற்றலையும் விடாமுயற்சியையும் கட்டவிழ்த்துவிடுவதற்கான மிக நேரடியான வழியாகும். உங்களுக்கும் உங்கள் நிறுவனத்திற்கும் மிகவும் முக்கியமான ஒன்றைச் செய்து முடிப்பதிலிருந்து நீங்கள் எப்போதும் அளப்பரிய தன்னம்பிக்கையையும் தனிப்பட்ட சக்தியையும் பெறுகிறீர்கள்.

மறுபுறம், இந்த கவனச்சிதறல் யுகத்தில், உங்களுடைய முக்கியமான இலக்குகளை அடைவதில் அவ்வளவாக எந்த வித்தியாசத்தையும் ஏற்படுத்தாது என்று நீங்கள் மனதார அறிந்துள்ள விஷயங்களை நீங்கள் செய்து கொண்டிருக்கும்போது நீங்கள் விரக்தியையும் மன அழுத்தத்தையும் அனுபவிக்கிறீர்கள். பெரும்பாலான சமயங்களில் உங்கள் சுயமதிப்பும் அதளபாதாளத்திற்குப் போய்விடுகிறது, மனச்சோர்வு உங்களை ஆட்டுவிக்கிறது.

உங்களுடைய முக்கிய விளைவுப் பகுதிகளை வரையறுத்துக் கொள்ளுங்கள்

எந்தவொரு வேலையிலும் அதிகபட்சமாக ஐந்திலிருந்து ஏழு முக்கிய விளைவுப் பகுதிகள் இருக்கின்றன. ஒவ்வொன்றும் நீங்கள் உங்களுடைய பொறுப்புகளை முழுமையாக நிறைவேற்ற நீங்கள் செய்து முடிக்க வேண்டிய ஒரு குறிப்பிட்ட வேலையாகும்.

எடுத்துக்காட்டாக, நீங்கள் ஒரு விற்பனையாளராக இருந்தால், உங்களுடைய முக்கிய விளைவுப் பகுதிகள் பின்வருமாறு அமைந்திருக்கும்:

1. புதிய வாடிக்கையாளர்களை உருவாக்குவதற்காகப் பலரிடம் பேச்சுக் கொடுத்தல்.
2. நீங்கள் கூறுவதை அவர்கள் திறந்த மனத்துடன் கேட்கும் விதத்தில் அவர்களிடம் உங்கள்மீது நம்பிக்கையை வளர்த்தெடுத்து, அவர்களோடு நட்பு ஏற்படுத்திக் கொள்ளுதல்.
3. அவர்களுடைய தேவைகளைத் துல்லியமாக அறிந்திருத்தல்.
4. உங்களுடைய விற்பனைப் பொருளை அவர்கள் வாங்கும் விதத்தில் விளக்கவுரைகளை வழங்குதல்.
5. அவர்கள் கூறும் மறுப்புகளுக்குத் தெளிவாக விடையளித்தல்.
6. விற்பனையை உறுதியாகச் செய்து முடித்தல்.
7. திருப்தியடைந்துள்ள வாடிக்கையாளர்கள் மூலமாகப் புதிய வாடிக்கையாளர்களுடைய தொடர்பைப் பெறுதல், பழைய வாடிக்கையாளர்களிடம் மீண்டும் மீண்டும் விற்பனை செய்தல்.

ஒரு விற்பனையாளராக உங்கள் நிறுவனத்திற்கு உங்களுடைய பொறுப்புகளை நீங்கள் முழுமையாக நிறைவேற்றுவதற்கு, மேற்குறிப்பிடப்பட்ட அனைத்து நடவடிக்கைகளையும் நீங்கள் மேற்கொள்ள வேண்டும்.

நீங்கள் ஒரு மேலாளராக இருந்தால், உங்களுக்கும் ஏழு முக்கிய விளைவுப் பகுதிகள் இருக்கின்றன. அவை:

1. துல்லியமாக என்ன செய்யப்பட வேண்டும் என்று திட்டமிடுதல்.
2. அத்திட்டத்தை நிறைவேற்றத் தேவையான மக்களையும் பணத்தையும் வளவசதிகளையும் ஒன்றுதிரட்டுதல்.
3. உங்களுடைய இலக்குகளை அடைவதற்கு உங்களோடு இணைந்து வேலை செய்வதற்குச் சரியான மக்களைக் கண்டுபிடித்துப் பணிநியமனம் செய்தல்.
4. மக்களிடம் வேலைகளைப் பகிர்ந்து கொடுத்தல். ஒரு குறிப்பிட்ட நேரத்தில் தங்களிடம் என்ன எதிர்பார்க்கப்படுகிறது என்பதை அவர்கள் தெளிவாக அறிந்திருப்பதை உறுதி செய்தல்.
5. அவர்களை மேற்பார்வையிட்டு, குறித்த நேரத்தில் அவர்கள் எல்லோரும் தத்தம் வேலைகளைச் செய்து முடிப்பதை உறுதி செய்தல்.
6. முக்கியமான வேலைகளுக்கான தரங்களையும் அளவுகோல்களையும் காலக்கெடுக்களையும் நிர்ணயித்தல்.
7. நீங்கள் என்ன செய்து கொண்டிருக்கிறீர்கள், எதைச் சாதித்துக் கொண்டிருக்கிறீர்கள் என்பதை உங்களுக்கு மேலே இருப்பவர்களும், உங்களுக்கு அடுத்து இருப்பவர்களும், உங்களின்கீழ் பணியாற்றுபவர்களும் துல்லியமாக அறிந்திருப்பதை உறுதி செய்தல்.

நிர்வாகத்திலும் உங்கள் வாழ்க்கையிலும் உங்களுடைய 90 சதவீதப் பிரச்சனைகள் இந்த முக்கிய விளைவுப் பகுதிகளில் ஏதேனும் ஒன்றில் நீங்கள் தோல்வியுறுவதிலிருந்துதான் முளைக்கின்றன. ஓர் உணவுப் பதார்த்தத்தைத் தயாரிக்கும்போது ஒரு முக்கியமான இடுபொருளை அதில் சேர்க்காமல் விட்டுவிடுவதைப் போன்றது இது. அந்தப் பதார்த்தம் சுவையிழந்துதான் இருக்கும்.

தெளிவு இன்றியமையாதது

தங்களுடைய முக்கிய விளைவுப் பகுதிகள் எவை என்பதை ஒரு நிறுவனத்தில் ஒவ்வொரு நிலையிலும் இருக்கின்றவர்கள் அறிந்திருக்க வேண்டும். உங்களின்கீழ் வேலை செய்கின்ற அனைத்து ஊழியர்களும் நிறுவனத்திற்குத் தாங்கள் பங்களிக்கக்கூடிய மிகவும் மதிப்பு வாய்ந்த விஷயங்கள் எவை என்பதைத் தெளிவாக அறிந்திருப்பதை உறுதி செய்து கொள்ளுங்கள். தாங்கள் செய்ய வேண்டிய முக்கியமான வேலைகள் எவை என்பதை அவர்கள் தெள்ளத்தெளிவாக அறிந்திருப்பதற்கும், அந்த இலக்குகளை உரிய நேரத்தில் அவர்கள் அடைவதற்கும் அவர்களுக்கு உதவுவதுதான் நீங்கள் அவர்களுக்குச் செய்யக்கூடிய மிகவும் அன்பான காரியமாகும்.

உங்கள் நிறுவன அடுக்கதிகார வரிசையில் நீங்கள் எந்த இடத்தில் இருந்தாலும் சரி, இரண்டு விஷயங்களை நீங்கள் அறிந்திருக்க வேண்டும்: முதலில், உங்களுடைய மேலதிகாரியின் முக்கிய விளைவுப் பகுதிகள் எவை? நிறுவனத்தின் வெற்றிக்கு உங்கள் மேலதிகாரி சாதித்தாக வேண்டிய மிக முக்கியமான விஷயம் எது? இக்கேள்விகளுக்கான விடைகள் உங்களுக்குத் தெரியாவிட்டால், உங்கள் மேலதிகாரி தன்னுடைய வேலையை நிறைவேற்றுவதில் அவருக்கு உங்களால் உதவ முடியாது. ஆனால் நீங்கள் அவருக்கு உதவுவது உங்களுடைய தனிப்பட்ட வெற்றிக்கு மிகவும் முக்கியம்.

இரண்டாவதாக, உங்களுடைய முக்கிய விளைவுப் பகுதிகள் எவை என்பதை நீங்கள் அறிந்திருக்க வேண்டும். மேலும், உங்களின்கீழ் வேலை செய்கின்ற ஒவ்வொருவரும் உங்களுடைய முக்கிய விளைவுப் பகுதிகள் எவை என்பதை அறிந்திருக்க வேண்டும். அதோடு, தங்களுடைய முக்கிய விளைவுப் பகுதிகள் எவை என்பதையும் அவர்கள் அறிந்திருக்க வேண்டும். முக்கியத்துவத்தின் அடிப்படையில் அவர்கள் அவற்றை வரிசையாக ஒழுங்கமைக்க அவர்களுக்கு உதவுங்கள். அவற்றுக்கான காலக்கெடுக்களையும் அவர்களிடம் தெளிவாகக் கூறிவிடுங்கள்.

அத்தியாயம் பதினொன்று

உங்கள் வேலைகளை மற்றவர்களிடம் பகிர்ந்தளியுங்கள்

உங்களுடைய குறிப்பிட்ட வேலையை முழுவதுமாக இன்னொருவரிடம் ஒப்படைத்துவிடுவது நீங்கள் பயன்படுத்தக்கூடிய மாபெரும் நேர நிர்வாக உத்திகளில் ஒன்று. குறைந்த மதிப்புக் கொண்ட வேலைகளை, குறைவாகச் சம்பளம் வாங்குபவர்களிடம் ஒப்படைப்பதற்கான உங்கள் திறன் நவீன நிர்வாகத்தின் இன்றியமையாத திறமைகளில் ஒன்று.

உங்களுடைய வேலைகளை உங்கள் அளவுக்குச் சிறப்பாகச் செய்யக்கூடிய அல்லது உங்களைவிட அதிகச் சிறப்பாகச் செய்யக்கூடியவர்களிடம் ஒப்படைத்துவிடுங்கள். '70 சதவீத விதி'யைப் பயன்படுத்திக் கொள்ளுங்கள். ஒரு குறிப்பிட்ட வேலையை நீங்கள் செய்வதைப்போல 70 சதவீதம் ஒருவரால் சிறப்பாகச் செய்ய முடியும் என்றால், அந்த வேலையைச் செய்வதற்கான சரியான நபர் அவர்தான்.

உங்களுடைய மதிப்பைப் பெருக்கிக் கொள்ளுங்கள்

ஒரு வேலையைச் செய்வதிலிருந்து விலகி, அதை நிர்வகிப்பதற்கான நிலையை நீங்கள் அடைய இந்த ஒப்படைத்தல் உதவுகிறது. உங்களுடைய திறமைகளைச் சிறப்பாகப் பயன்படுத்திக் கொள்ள அது உதவுகிறது.

தேர்ந்தெடுப்பதற்கான வாய்ப்பு உங்களுக்கு எப்போதும் இருக்கிறது. ஒரு வேலையை நீங்களே செய்யலாம், அல்லது அதை இன்னொருவரிடம் கொடுத்துச் செய்யச் சொல்லலாம். நீங்கள் உயர்ந்த செயற்திறனுடன் செயல்பட விரும்பினால், இரண்டாவது அணுகுமுறையைத்தான் நீங்கள் தேர்ந்தெடுக்க வேண்டும். "இந்த வேலையை என்னைவிட அதிகச் சிறப்பாகச் செய்யக்கூடியவர் யார்?" என்று சிந்தியுங்கள்.

வேலையைப் பகிர்ந்தளிப்பது கற்றுக் கொள்ளக்கூடிய ஒரு திறமைதான்

வேலையை முறையாக மற்றவர்களிடம் பகிர்ந்தளிப்பது எப்படி என்பதைக் கற்றுக் கொள்ளுங்கள். ஒவ்வொரு வேலையையும் கையாளுவதற்குச் சரியான நபரைத் தேர்ந்தெடுங்கள். அந்த வேலைகள் செய்து முடிக்கப்படுவதற்கான காலக்கெடுக்களையும், அந்த வேலைகள் எவ்வளவு தரமாக இருக்க வேண்டும் என்பதையும், அந்த வேலைகளை மறுபரிசீலனை செய்வதற்கான கால அட்டவணைகளையும் அந்நபர்களிடம் எழுத்துபூர்வமாகக் கொடுத்துவிடுங்கள்.

பிரச்சனைகளைத் தீர்த்தல், தீர்மானம் மேற்கொள்ளுதல் ஆகியவை உங்களுடைய கடமைகள் மற்றும் பொறுப்புகளில் உள்ளடங்கியிருந்தால், அவற்றையும் நீங்கள் மற்றவர்களிடம் பகிர்ந்தளிக்கலாம். தகவல்களைத் திரட்டுதல், ஆராய்ச்சிகள் செய்தல் போன்றவற்றையும் நீங்கள் அடுத்தவர்களிடம் ஒப்படைக்கலாம். உங்கள் அளவுக்குச் சிறப்பாகச் செய்யக்கூடிய எவரொருவரிடமும் நீங்கள் உங்களுடைய அனைத்து வேலைகளையும் தாராளமாக ஒப்படைக்கலாம்.

இந்தத் திறமையை நீங்கள் கற்றுக் கொண்டால், உங்கள் தொழில்வாழ்க்கையில் உங்கள் சாதனைகளுக்கு வானமே எல்லையாக இருக்கும். ஆனால் உங்கள் வேலைகளைத் திறம்பட மற்றவர்களிடம் ஒப்படைப்பதில் உங்களுக்குப் பிரச்சனை இருந்தால், நீங்கள் செய்வதற்கு எப்போதும் அதிகமான வேலைகள் இருந்து கொண்டே இருக்கும், ஆனால் மிகக் குறைவான நேரமே இருக்கும். எனவே, குறைந்த மதிப்புக் கொண்ட அல்லது மதிப்பே இல்லாத வேலைகளைத்தான் நீங்கள் செய்து கொண்டிருப்பீர்கள். உங்களால் ஒருபோதும் உங்கள் வேலைகளை நிறைவு செய்ய முடியாது. இது உங்கள் தொழில்வாழ்க்கையைப் பெரிதும் பாதிக்கும்.

வியாபாரத் திறமைகள் அனைத்துமே கற்றுக் கொள்ளப்படக்கூடியவைதான் என்பது நல்ல செய்தி. தொடர்ச்சியான பயிற்சியின் மூலம், இப்புத்தகத்தில் இடம்பெற்றுள்ள யோசனைகள் அனைத்திலும் உங்களால் மேதமை பெற முடியும். உங்கள் நேரத்தை நிர்வகிப்பதில் உங்களால் சிறப்புற முடியும், இனிவரும் காலங்களில் உங்கள் உற்பத்தித்திறனை இருமடங்காகவும் மும்மடங்காகவும் ஆக்க முடியும்.

அத்தியாயம் பன்னிரண்டு

ஒருமித்த கவனம் செலுத்துங்கள்

மாபெரும் விஷயங்களைச் சாதிப்பதற்கு ஒருமித்த கவனம் இன்றியமையாதது. ஒருமித்த கவனம் என்றால், நீங்கள் உங்களுடைய மிக முக்கியமான வேலை எது என்பதைக் கண்டறிந்து அதைத் துவக்கியவுடன், எந்த கவனச்சிதறலும் இல்லாமல் அதை முழுமையாகச் செய்து முடிப்பதற்கு உறுதி பூணுவது என்று அர்த்தமாகும். மிக முக்கியமான விஷயத்தைச் செய்து முடிக்க உங்கள் நேரத்தைச் சிறப்பாகவும் ஒருமித்த கவனத்தோடும் பயன்படுத்துவதற்கான உங்கள் திறன்தான் வெற்றிக்குத் தேவையான முதன்மைக் காரணியாகும்.

உங்கள் அறிவையும் திறனையும் படைப்பாற்றலையும் கொண்டு மற்ற எந்தவொரு தேவையையும் உங்களால் நிறைவேற்றிவிட முடியும், ஆனால் ஒரு நேரத்தில் ஒரு விஷயத்தின்மீது முழுமையான கவனம் செலுத்த உங்களால் முடியாவிட்டால், உங்களால் ஒருபோதும் வெற்றி பெற முடியாது. ஒருமித்த கவனம் செலுத்துவதற்கான ஒழுங்கை

நீங்கள் உங்களிடம் வளர்த்துக் கொள்ளாவிட்டால், குறைவான முன்னுரிமை கொண்ட நடவடிக்கைகளையே நீங்கள் செய்து கொண்டிருப்பீர்கள்.

எப்போதும் உங்களுடைய முன்னணி முன்னுரிமைகளுக்குப் போதிய நேரத்தை ஒதுக்கிக் கொள்ளுங்கள். ஒரு முக்கியமான வேலையைச் செய்து முடிப்பதற்கு எவ்வளவு நேரம் ஆகும் என்பதைக் கணக்கிட்டுக் கொண்டு, முன்னெச்சரிக்கையாகக் கூடுதலாக ஒரு முப்பது சதவீதத்தைச் சேர்த்துக் கொள்ளுங்கள். எதிர்பாராத இடையூறுகள், தீவிர நெருக்கடிகள், மற்றும் பொறுப்புகளைச் சமாளிப்பதற்கு அந்தக் கூடுதல் நேரம் உதவியாக இருக்கும். நீங்கள் இவ்வாறு நேரம் ஒதுக்கிக் கொள்ளும்போது, கிட்டத்தட்ட நீங்கள் கணக்கிட்ட நேரத்திற்குள் அந்த வேலை முடிந்துவிடும். உங்கள் வேலையில் நீங்கள் அதிக ஆக்கபூர்வமாகச் செயல்படுவதை இது உறுதி செய்யும், உங்கள் உற்பத்தித்திறனும் பெருமளவு அதிகரிக்கும்.

"வாழ்வில் நிகழ்த்தப்படுகின்ற மாபெரும் சாதனைகள் ஒவ்வொன்றுக்கும் முன்பாக, ஒருமித்த கவனத்தை உள்ளடக்கிய ஒரு நீண்டகால உழைப்பு இருந்திருக்கும்," என்று ஏர்ல் நைட்டிங்கேல் கூறியுள்ளார்.

ஒரு நேரத்தில் ஒரு வேலை

ஒரு நேரத்தில் ஒரு வேலையின்மீது கவனம் செலுத்துவது நேர நிர்வாக உத்திகள் மற்றும் வாழ்க்கை நிர்வாகக் கொள்கைகளில் மிக முக்கியமானதாகும். நீங்கள் ஒரு வேலையைத் துவக்கிய பிறகு, அது 100 சதவீதம் நிறைவடையும்வரை அதை ஒருமித்த கவனத்துடன் கையாளுங்கள். இதற்கு நேர்மாறாக, ஒரு வேலையைத் துவக்கி அதைப் பாதியில் போட்டுவிட்டு, இன்னொரு வேலையைத் துவக்கி அதையும் பாதியில் விட்டுவிட்டு, மீண்டும் முதல் வேலைக்குத் திரும்புவது என்று இப்படி அங்குமிங்கும் நீங்கள் உங்கள் கவனத்தைச் சிதறவிட்டால், உங்களால் எந்த வேலையையும் முழுமையாகச் செய்து முடிக்க முடியாது. எனவே, ஒரு வேலையைத் துவக்கிவிட்டால், அதை முழுமை செய்யாமல்

அடுத்த வேலைக்குத் தாவாமல் இருப்பதற்கான ஒழுங்கை உங்களிடம் வளர்த்துக் கொள்ளுங்கள்.

உங்கள் மின்னஞ்சல்கள் மற்றும் கடிதங்களின் விஷயத்திலும் இதே அணுகுமுறையைப் பயன்படுத்துங்கள். முக்கியமற்ற விஷயங்களை உடனடியாகக் களைந்துவிடுங்கள். பிறகு, முக்கியமான கடிதங்கள் மற்றும் ஆவணங்கள்மீது மட்டும் கவனம் செலுத்துங்கள். நீங்கள் உடனடியாக அவற்றுக்கு பதிலளிக்கலாம் அல்லது முறையாகக் கோப்புகளில் போட்டு வைத்துப் பிறகு பதிலளிக்கலாம்.

ஒரு நேரத்தில் ஒரு வேலை என்ற கொள்கையைப் பிரபலப்படுத்தியவர் நேர நிர்வாக வல்லுனரான ஆலன் லேக்கீன் ஆவார். ஒருமித்த கவனத்துடன் ஒரு நேரத்தில் ஒரு வேலையைச் செய்த மக்கள் உருவாக்கிக் கொடுத்த விளைவுகளையும், பல்வேறு வேலைகளுக்கு இடையே அங்குமிங்கும் மாறி மாறித் தாவிக் கொண்டிருந்தவர்கள் பெற்றுக் கொடுத்த விளைவுகளையும் ஓர் ஆய்வு ஒப்பீடு செய்தது. அதன்படி, நீங்கள் ஒரு வேலையை அரைகுறையாக விட்டுவிட்டு வேறொரு வேலைக்குத் தாவுகின்ற ஒவ்வொரு முறையும், நீங்கள் உங்கள் செயல்வேகத்தையும் சீரான போக்கையும் இழக்கிறீர்கள். நீங்கள் மீண்டும் முந்தைய அரைகுறை வேலைக்குத் திரும்பும்போது, விட்ட இடத்திலிருந்து அதைத் துவக்குவதற்கு முன்பாக நீங்கள் மீண்டும் அதைச் சிறிது நேரம் பரிசீலிக்க வேண்டியிருக்கிறது, புரிந்து கொள்ள வேண்டியிருக்கிறது. பிறகுதான் அதை உங்களால் தொடர முடிகிறது. இதற்குத் தேவைப்படும் நேரம், நீங்கள் எடுத்துக் கொண்டுள்ள ஒரு வேலை 100 சதவீதம் முடிவடையும்வரை அதன்மீது ஒருமித்த கவனம் செலுத்திச் செயல்படுவதற்கு நீங்கள் செலவிடும் நேரத்தைவிட 500 சதவீதம் அதிகமாக இருக்கிறது.

இதை எளிய வார்த்தைகளில் கூற வேண்டுமென்றால், ஒரு நேரத்தில் ஒரு வேலையைக் கையாளும் பழக்கம், ஒரு முக்கியமான வேலையைச் செய்து முடிப்பதற்கு நீங்கள் செலவிடக்கூடிய நேரத்தை 80 சதவீதம் குறைக்கும், நீங்கள் செய்து முடிக்கும் வேலையின் தரத்தைக் குறிப்பிடத்தக்க அளவு அதிகரிக்கும்.

ஒரு நேரத்தில் பல வேலைகளைச் செய்வதைத் தவிர்த்துவிடுங்கள்

ஒரு நேரத்தில் பல வேலைகளைக் கையாளுதல் என்ற கொள்கையைப் பற்றி இன்று எக்கச்சக்கமாக விவாதிக்கப்படுகிறது. தாங்கள் ஒரு நேரத்தில் பல வேலைகளைச் செய்வது தங்களுடைய உற்பத்தித்திறனை வெகுவாக அதிகரிப்பதாகச் சிலர் கூறுகின்றனர். ஆனால் இந்த யோசனை முற்றிலும் பொய் என்பதை ஆய்வுகள் கண்டறிந்துள்ளன.

ஒரு நேரத்தில் ஒரு வேலையை மட்டுமே உங்களால் செய்ய முடியும். அதுதான் உண்மை. நீங்கள் ஒரு வேலையைத் துவக்கி அதை அரைகுறையாகச் செய்துவிட்டு, பிறகு இன்னொரு வேலைக்கு நீங்கள் தாவும்போது, உங்களுடைய ஒட்டுமொத்த கவனத்தையும் ஆற்றலையும் நீங்கள் அப்புதிய வேலையின்மீது திருப்ப வேண்டும். பிறகு மீண்டும் உங்கள் முந்தைய வேலைக்கு நீங்கள் திரும்பி வரும்போது, மீண்டும் உங்களுடைய கவனத்தைத் திசை திருப்ப வேண்டும். அதோடு, அந்தப் பழைய வேலையை மீண்டும் துவக்குவதற்கு நீங்கள் சிறிது நேரம் அதைப் பரிசீலிக்க வேண்டியிருக்கும். இதற்கு உங்களுக்குச் சிறிது நேரம் செலவாகும்.

நீங்கள் இப்படிப் பல வேலைகளுக்கு இடையே தாவும் ஒவ்வொரு முறையும், உங்களுடைய மூளையின் ஆற்றலையும் அறிவையும் நீங்கள் ஒரு குறிப்பிட்ட அளவு பயன்படுத்துகிறீர்கள். நீங்கள் ஒரே நேரத்தில் பல வேலைகளைச் செய்யும் ஒருவர் என்றால், ஒரு நாள் முழுவதும் நீங்கள் அப்படி வேலை பார்க்கும்போது, நாளின் முடிவில் உங்களுடைய 'அறிவுத்திறன் எண்' பத்துப் புள்ளிகள் குறைந்திருக்கும். அதாவது, நாளின் ஊடாக நீங்கள் மெல்ல மெல்ல முட்டாளாகிறீர்கள் என்று அர்த்தம். இரவு என்ன உணவு உட்கொள்ளுவது, அன்று மாலையில் தொலைக்காட்சியில் எந்த நிகழ்ச்சிகளைப் பார்ப்பது போன்ற எளிய விஷயங்களைக்கூட உங்களால் தீர்மானிக்க முடியாமல் போகிறது.

ஒரு நேரத்தில் பல வேலைகளைச் செய்தல் என்ற யோசனை சபலமூட்டுவதாகத்தான் இருக்கிறது, ஆனால் இது உங்கள் நேரத்தை வீணாக்கிவிடும், உங்கள் தொழில்வாழ்க்கையைச்

சீரழித்துவிடும், மிக முக்கியமான வேலைகளைச் செய்வதற்கான உங்கள் திறனை மழுங்கடித்துவிடும். அதன் விளைவாக, உங்கள் வெற்றி வாய்ப்புகளை அது உங்களிடமிருந்து பறித்துவிடும்.

ஒருமித்த கவனம் செலுத்தப் போவதாகத் தீர்மானியுங்கள்

உங்கள் வேலையை மிகுந்த எச்சரிக்கையோடு திட்டமிட்டு, முன்னுரிமைகளை நிர்ணயித்து, உங்களுடைய மிக முக்கியமான வேலையைத் துவக்குவதை ஒரு பழக்கமாக ஆக்கிக் கொள்ள இன்றே உறுதி பூணுங்கள். ஒரு முக்கியமான வேலையைத் துவக்கியவுடன், அது முழுமையடையும்வரை எந்த கவனச்சிதறலும் இல்லாமல் அதன்மீது மனத்தை ஒருநிலைப்படுத்திச் செயல்பட உறுதி பூணுங்கள்.

எந்தவிதமான இடையூறும் இல்லாமல் உங்கள் வேலையின்மீது ஒருமித்த கவனம் செலுத்துவது வீட்டில் சாத்தியப்படும் என்பதால், அதிக ஆக்கபூர்வமான உயரதிகாரிகள், காலையிலும் மாலையிலும் வீட்டில் சிறிது நேரம் வேலை செய்யும் பழக்கத்தைக் கொண்டுள்ளனர். நேர நிர்வாகம் தொடர்பாக அவர்கள் பயன்படுத்துகின்ற உத்திகளில் ஒன்று இது.

உங்கள் தொலைபேசி அழைப்பு மணி ஒலித்தவுடனோ அல்லது உங்கள் கணினித் திரையில் ஒரு மின்னஞ்சல் தோன்றியவுடனோ நீங்கள் கடகடவென்று அதற்கு பதிலளிக்க வேண்டியதில்லை. உங்கள் அறைக் கதவை மூடிவிட்டு, உங்களுடைய மின்னணு உபகரணங்கள் அனைத்தையும் அணைத்துவிட்டு, எல்லாவற்றையும் ஓரமாக வைத்துவிட்டு, இக்கணத்தில் உங்கள் நிறுவனத்திற்கும் உங்கள் தொழில்வாழ்க்கைக்கும் மிகப் பெரிய வித்தியாசத்தை ஏற்படுத்தக்கூடிய அந்த ஒரு நடவடிக்கையின்மீது ஒருமித்த கவனம் செலுத்துங்கள். இதை நீங்கள் ஒரு பழக்கமாக ஆக்கிக் கொள்ளும்போது, உங்கள் உற்பத்தித்திறனும் செயற்திறனும் தினசரி விளைவுகளும் கிட்டத்தட்ட ஒரே இரவில் இரட்டிப்பாகும் அல்லது மும்மடங்காகும்.

அத்தியாயம் பதினொன்று

காலம் தாழ்த்துவதிலிருந்து மீளுங்கள்

"காலம் தாழ்த்துதல் உங்கள் நேரத்தைத் திருடிவிடும்," என்று கூறப்படுகிறது. ஆனால், அது வாழ்க்கையையும் திருடிவிடும் என்று என்னுடைய பயிலரங்கு ஒன்றில் கலந்து கொண்ட ஒருவர் கூறினார்.

காலம் தாழ்த்துவதிலிருந்து மீண்டு, குறித்த நேரத்தில் வேலையைச் செய்து முடிப்பதற்கான உங்கள் திறன்தான் உங்கள் தொழில்வாழ்க்கையில் வெற்றிக்கும் தோல்விக்கும் இடையேயான வித்தியாசத்தை ஏற்படுத்துகிறது.

ஆனால், உண்மை என்னவென்றால், எல்லோருமே காலம் தாழ்த்துகின்றனர். செய்வதற்கு எல்லோருக்கும் ஏகப்பட்ட வேலைகள் இருக்கின்றன, ஆனால் நேரம் மட்டும் மிகக் குறைவாக இருக்கிறது. ஆனால் எல்லோரும் காலம் தாழ்த்துகின்றனர் என்றால், அதிகமான விளைவுகளைப் பெற்றுக் கொடுப்பவர்களுக்கும் குறைவான விளைவுகளைப் பெற்றுக் கொடுப்பவருக்கும் இடையே இருக்கின்ற வேறுபாடு எது?

அதிகமான விளைவுகளைப் பெற்றுக் கொடுப்பவர்கள், குறைந்த மதிப்புக் கொண்ட அல்லது மதிப்பே இல்லாத

நடவடிக்கைகளைத் தள்ளிப் போடுகின்றனர். குறைவான விளைவுகளைப் பெற்றுக் கொடுப்பவர்கள், தங்கள் நிறுவனத்திற்கும் தங்கள் சொந்தத் தொழில்வாழ்க்கைக்கும் கணிசமாகப் பங்களிக்கின்ற நடவடிக்கைகளைத் தள்ளிப் போடுகின்றனர். நீங்கள் உச்சபட்ச விளைவுகளைப் பெற்றுக் கொடுக்கின்ற ஒருவராக ஆக விரும்பினால், புத்திசாலித்தனமாகக் காலம் தாழ்த்துவதை இன்றிலிருந்து நீங்கள் கடைபிடிக்க வேண்டும்.

நீங்கள் எந்த நடவடிக்கைகளைத் தள்ளிப் போடப் போகிறீர்கள் என்பதைப் பிரக்ஞையோடு தீர்மானித்துக் கொள்ளுங்கள். உங்களுடைய அன்றைய நாளுக்கான வேலைப் பட்டியலைப் பார்த்துவிட்டு, அவற்றில் எவையெல்லாம் முக்கியமானவையோ அவற்றைத் தவிர மற்ற அனைத்தையும் குறித்துக் கொள்ளுங்கள். உங்களுடைய முக்கியமான வேலைகளை நீங்கள் முழுமையாக நிறைவேற்றும்வரை இவற்றில் எதையும் நீங்கள் தொடப் போவதில்லை என்று தீர்மானித்துக் கொள்ளுங்கள். வெறுமனே காலம் தாழ்த்துவதற்கு பதிலாக, பிரக்ஞையோடு நீங்கள் உங்கள் வேலையைச் செய்ய வேண்டும்.

நாம் பொதுவாக நம்முடைய பெரிய வேலைகளையே தள்ளிப் போடுகிறோம். ஆனால் அந்த வேலைகள்தான் நமக்கும் நம்முடைய நிறுவனத்திற்கும் உயர்ந்த மதிப்புக் கொண்டவையாக இருக்கின்றன. காலம் தாழ்த்துவதிலிருந்து மீளுவதற்கு அல்லது குறைந்தபட்சம் அதைக் கையாளுவதற்கு நீங்கள் பயன்படுத்தக்கூடிய ஒருசில உத்திகள் இருக்கின்றன. இது தொடர்பான ஏராளமான புத்தகங்கள் நூலகங்களில் இருக்கின்றன. 'காலை எழுந்தவுடன் தவளை' நூல் உட்பட நானே ஓரிரு புத்தகங்களை எழுதியிருக்கிறேன். நீங்கள் இக்கணத்திலிருந்து பயிற்சி செய்யக்கூடிய சில நல்ல யோசனைகள் கீழே கொடுக்கப்பட்டுள்ளன.

மனத்தைப் பக்குவப்படுத்துதல்

"இக்கணமே செய்!"

உங்கள் உற்பத்தித்திறனை அதிகரிப்பதற்கு நீங்கள் பயன்படுத்தக்கூடிய மிகவும் சக்திவாய்ந்த வார்த்தைகள் இவை.

ஒரு முக்கியமான வேலையை நீங்கள் தள்ளிப் போடுவதை நீங்கள் காணும்போதெல்லாம், மிகுந்த ஆற்றலோடும் உற்சாகத்தோடும் "இக்கணமே செய்! இக்கணமே செய்!" என்று உங்களிடம் மீண்டும் மீண்டும் கூறிக் கொள்ளுங்கள்.

நீங்கள் இந்த வார்த்தைகளைப் பத்து முறை, இருபது முறை, அல்லது நூறு முறை கூறிய பிறகு, நீங்கள் தானாகவே உங்களுடைய முக்கியமான வேலையைத் துவக்கி அதை முழுமை செய்வதை நீங்கள் காண்பீர்கள்.

பெரிய வேலைகளைச் செய்து முடித்தல்

"ஓர் இலக்கைப் பல சிறிய இலக்குகளாக நீங்கள் பிரித்துக் கொண்டால், எந்தவோர் இலக்கையும் உங்களால் அடைய முடியும்," என்று ஹென்றி ஃபோர்டு கூறியுள்ளார்.

நீங்கள் நிறைவு செய்ய வேண்டிய ஒரு பெரிய வேலையைப் பல சிறிய நடவடிக்கைகளாக நீங்கள் பிரித்துக் கொள்ளும்போது, அந்த வேலையை உங்களால் சுலபமாக நிறைவேற்றிவிட முடியும். ஒரு வெற்றுத் தாளை எடுத்துக் கொண்டு, அந்த வேலையைப் பற்றிய அனைத்து விபரங்களையும் அதில் விரிவாக எழுதிக் கொள்ளுங்கள். பிறகு, நீங்கள் மேற்கொள்ள வேண்டிய அனைத்து நடவடிக்கைகளையும் பட்டியலிட்டுக் கொள்ளுங்கள். பிறகு, எந்த நடவடிக்கையை முதலில் மேற்கொள்ள வேண்டும், எதை இரண்டாவதாக மேற்கொள்ள வேண்டும் என்று தீர்மானித்து, எல்லா நடவடிக்கைகளையும் வரிசைப்படி ஒழுங்கமைத்து மீண்டும் இன்னொரு பட்டியலிட்டுக் கொள்ளுங்கள்.

பிறகு, அப்பட்டியலில் முதலில் இடம்பெற்றுள்ள வேலையைத் துவக்குவதற்கு உங்களை ஒழுங்குபடுத்திக் கொள்ளுங்கள். சில சமயங்களில், ஒரு பெரிய வேலையின் முதல் நடவடிக்கையைத் துவக்குவதற்கு நீங்கள் மேற்கொள்ளுகின்ற தீர்மானம் அடுத்தடுத்த நடவடிக்கைகளை மேற்கொள்ளுவதை உங்களுக்கு எளிதாக்கிவிடுகிறது. சில சமயங்களில், ஒரு முக்கியமான வேலையைத் துவக்குவதற்கு உங்களை நீங்களே கட்டாயப்படுத்துவது, அந்த வேலையைச் சரியாகவும் முழுமையாகவும் நிறைவேற்றுவதற்குத் தேவையான செயல்வேகத்தையும் ஆற்றலையும் உங்களிடம் உருவாக்கிக் கொள்ள உங்களுக்கு உதவும்.

எப்போதெல்லாம் மிக முக்கியமான ஒரு பணித்திட்டத்தை நீங்கள் நிறைவேற்ற வேண்டியுள்ளதோ, குறிப்பாக, ஏனைய பொறுப்புகள் உங்களைத் திணறடித்துக் கொண்டிருக்கின்ற ஒரு நேரத்தில், அப்போதெல்லாம் இந்தக் 'கூறு போடுதல்' உத்தி உங்களுக்கு வெகுவாக உதவும். நீங்கள் உங்கள் பணித்திட்டத்தை உடனடியாகத் துவக்கி, அதை ஒவ்வொரு சிறு பகுதியாக நிறைவேற்றுவதை அது உங்களுக்கு எளிதாக்கிக் கொடுக்கும்.

ஓர் 'அவசர' உணர்வை உருவாக்கிக் கொள்ளுங்கள்

வேலையுலகில் உள்ள மிக அரிய மற்றும் மிகவும் மதிப்புவாய்ந்த மனிதப் பண்புநலன்களில் ஒன்று ஓர் 'அவசர உணர்வு' என்றால் அது மிகையல்ல. இரண்டு சதவீத மக்கள் மட்டுமே தங்கள் வேலையை வேகமாக முடிப்பதில் தீவிரமாக இருக்கின்றனர் என்று கணிக்கப்பட்டுள்ளது. நீங்கள் ஒரு செயல்வீரர் என்றும், வேலையை விரைவாக முடிப்பவர் என்றும் மற்றவர்கள் கூறும்படியான ஒரு நற்பெயரை நீங்கள் உருவாக்கிக் கொள்ளும்போது, உங்கள் தொழில்வாழ்க்கையில் நீங்கள் விரைவுப் பாதையில் பயணிக்கத் தொடங்குவீர்கள், மிக வேகமாக முன்னேறுவீர்கள்.

விரைவாக முன்னேறுவதற்கு ஊழியர்கள் என்ன செய்ய வேண்டும் என்று 300 நிறுவனத் தலைவர்களிடம் கேட்கப்பட்டபோது, அவர்களில் 85 சதவீதம் பேர் ஓரே மாதிரியான பதிலையே அளித்தனர். அவர்கள் தங்கள் ஊழியர்களிடம் எதிர்பார்க்கப் பண்புநலன்கள் பின்வருமாறு: 1) முன்னுரிமைகளை நிர்ணயிப்பதற்கான திறன் 2) மிக முக்கியமான வேலையைத் துவக்கி அதை விரைவாகவும் சிறப்பாகவும் நிறைவேற்றுவதற்கான திறன்.

மிக முக்கியமான வேலைகளை உடனடியாகத் துவக்கி, அவற்றை விரைவாகவும் சிறப்பாகவும் நிறைவேற்றுகின்றவர் நீங்கள் என்ற நற்பெயரை நீங்கள் வளர்த்துக் கொள்ளும்போது, அற்புதமான வாய்ப்புகள் அனைத்தும் உங்கள்முன் மலருவதைக் கண்டு நீங்கள் வியப்படைவீர்கள்.

அத்தியாயம் பதினான்கு

நேரத் தொகுதிகளை உருவாக்கிக் கொள்ளுங்கள்

மிக அதிக அளவில் சாதிப்பதற்கு இடையூறற்ற நேரத் தொகுதிகள் உங்களுக்குத் தேவை. உங்கள் வேலை எவ்வளவு அதிக முக்கியமானதோ, தீவிரமான பணித்திட்டங்களைக் கையாளுவதற்கு நேரத் தொகுதிகளை உருவாக்கிக் கொள்ளுவது உங்களுக்கு அவ்வளவு அதிக முக்கியமாகிறது.

மதிப்பான எதுவொன்றையும் நிறைவேற்றுவதற்குக் குறைந்தபட்சம் ஒரு மணிநேரத்திலிருந்து ஒன்றரை மணிநேரம் உங்களுக்குத் தேவை. திட்டமுன்வரைவு ஒன்றைத் தயாரிப்பது, ஓர் அறிக்கையைத் தயாரிப்பது, ஒரு முக்கியமான பணித்திட்டத்திற்கான செயற்திட்டத்தை உருவாக்குவது போன்ற ஒரு சிக்கலான வேலையில் உங்கள் மனத்தை முழுமையாக ஈடுபடுத்துவதற்கு ஏறத்தாழ முப்பது நிமிடங்கள் ஆகிவிடுகிறது. நீங்கள் அந்த வேலையில் உங்களை ஈடுபடுத்திக் கொண்டுவிட்டால், அடுத்த அறுபது நிமிடங்கள் அதன்மீது ஒருமித்த கவனம் செலுத்திப் பிரக்ஞையோடும் படைப்பாற்றலோடும் உங்களால் செயல்பட முடியும்.

படைப்பாற்றல்ரீதியான வேலைகளையும் நிர்வாக வேலைகளையும் ஒன்றுகலக்காதீர்கள்

படைப்பாற்றல்ரீதியான வேலைகளை நிர்வாக வேலைகளோடு நீங்கள் ஒன்றுகலக்கக்கூடாது. ஏனெனில், அவை இரண்டையும் ஒரே நேரத்தில் உங்களால் கையாள முடியாது. ஒரு குறிப்பிட்ட வேலைக்கு நிதானமான சிந்தனை தேவைப்படும், மற்றொன்றுக்கு வேகமான சிந்தனை தேவைப்படும், ஆனால் ஒரே நேரத்தில் இரண்டு வகையான சிந்தனைகளும் ஒரு வேலைக்குத் தேவைப்படுவதில்லை. அலுவலக நடவடிக்கைகளுக்கு வேகமான, குறுகியகாலச் சிந்தனை அவசியமாகிறது. படைப்பாற்றலைக் கொண்டு செய்யப்பட வேண்டிய வேலைகளுக்கு நிதானமான சிந்தனையும் திட்டமிடுதலும் செயல்படுத்தலும் தேவைப்படுகின்றன.

ஒருமித்த கவனம் தேவைப்படுகின்ற, படைப்பாற்றல்ரீதியான பெரிய வேலைகளை ஓர் அலுவலகச் சூழலில் வைத்துச் செய்ய முடியாது. 'தொந்தரவு செய்யாதீர்கள்' என்ற அறிவிப்பை உங்கள் அறைக் கதைவில் தொங்கவிட்டாலொழிய அலுவலகத்தில் வைத்து அத்தகைய வேலைகளில் ஈடுபடுவது சாத்தியமற்றது. அப்படி ஓர் அறிவிப்பைத் தொங்கவிடுவது இயலாது என்றால், உங்கள் படைப்பாற்றலைப் பயன்படுத்தி, உங்களுக்குத் தொந்தரவோ அல்லது இடையூறோ ஏற்படாதவாறு ஓர் இடத்தை உங்கள் அலுவலகத்திற்கு வெளியே நீங்கள் கண்டுபிடித்தாக வேண்டும். ஏனெனில், நீங்கள் உங்களுடைய முக்கியமான வேலைகளைச் செய்து முடிப்பது உங்கள் தொழில்வாழ்க்கைக்கு இன்றியமையாதது.

நேரத் தொகுதிகளை எவ்வாறு உருவாக்கிக் கொள்ளுவது

நேரத் தொகுதிகளை உருவாக்கிக் கொள்ளுவதற்கு ஒருசில பரிந்துரைகள் கீழே கொடுக்கப்பட்டுள்ளன. இவற்றை நீங்கள் பயன்படுத்தும்போது உங்கள் செயற்திறன் வெகுவாக மேம்படும்.

முதலில், காலையில் நீங்கள் புத்துணர்ச்சியோடு இருக்கும்போது உங்கள் வேலையைத் துவக்கிவிடுங்கள். மிகவும் ஆக்கபூர்வமான மக்கள் பலர் தினமும் இரவில் சீக்கிரமாகவே தூங்கிவிட்டு அதிகாலையில் ஐந்து அல்லது ஆறு மணிக்குள் எழுந்துவிடுவதற்கான ஒழுங்கைத் தங்களிடம் வளர்த்துக் கொண்டுள்ளனர். அவர்கள் தங்கள் அலுவலகத்திற்குப் போவதற்கு முன்பாகவே எந்த இடையூறுமின்றி அறுபதிலிருந்து தொண்ணூறு நிமிடங்கள்வரை தங்கள் வீட்டிலேயே வேலை செய்துவிடுகின்றனர். அலுவலகத்திற்கு நீங்கள் சற்றுத் தாமதமாகச் சென்றாலும்கூட, ஓர் அலுவலகச் சூழலில் ஒரு சராசரி நபர் மூன்று மணிநேரத்தில் எவ்வளவு வேலை செய்வாரோ, அதே அளவு வேலையை உங்கள் வீட்டில் எந்த இடையூறுமற்ற அந்தத் தொண்ணூறு நிமிடங்களில் நீங்கள் செய்து முடித்திருப்பீர்கள்.

நீங்கள் உங்களுக்குச் சாதகமாகப் பயன்படுத்திக் கொள்ளக்கூடிய இன்னொரு நேரம் உங்கள் மதிய உணவுக்கான இடைவேளையாகும். உங்களுடைய சக ஊழியர்கள் அனைவரும் உணவருந்த வெளியே செல்லும்போது, நீங்கள் உங்கள் அலைபேசியை அணைத்துவிட்டு, இணையத்தளத் தொடர்பைத் துண்டித்துவிட்டு, கவனச்சிதறல் ஏற்படுத்தக்கூடிய பிறவற்றையும் ஓரமாகத் தள்ளிவிட்டு, உங்களுடைய முக்கியமான வேலைகள் சிலவற்றை ஒருமித்த கவனத்துடன் வேகமாகச் செய்து முடிப்பதற்கு ஏற்ற நேரம் அது. அமைதியான அந்த ஒரு மணிநேரம் உங்களுக்குக் கிடைத்திருக்கின்ற ஒரு மிகப் பெரிய வாய்ப்பாகும்.

தொந்தரவு செய்யாதீர்கள்

தினமும் சில குறிப்பிட்ட நேரங்களில் உங்கள் அலுவலக அறைக் கதவை மூடிவிடுவது நீங்கள் பயன்படுத்தக்கூடிய இன்னோர் உத்தியாகும். அச்சமயங்களில் நீங்கள் உங்களுடைய பெரிய வேலைகள் அல்லது முக்கியமான வேலைகள்மீது கவனம் செலுத்தலாம். பல உயரதிகாரிகள் தங்களுடைய அறைக் கதவுகளில் 'தொந்தரவு செய்யாதீர்கள்' என்ற வாசகம் தாங்கிய அட்டை ஒன்றைத் தொங்கவிடுவர். இந்த அட்டை ஓர் அறைக் கதவில்

தொங்கிக் கொண்டிருந்தால், உண்மையிலேயே ஒரு நெருக்கடி இருந்தாலொழிய அந்நபரைத் தொந்தரவு செய்யக்கூடாது என்ற செய்தியை மற்றவர்களுக்கு அது தெரிவித்துவிடுகிறது.

என்னிடம் ஒரு கணக்காளராக வேலை செய்த ஒரு திறமையான பெண்மணி, பல்வேறு நபர்கள் தனக்கு அடிக்கடி இடையூறுகளை ஏற்படுத்திக் கொண்டிருந்ததால் தன்னால் தன்னுடைய வேலைகளைச் செய்து முடிக்க முடியவில்லை என்று என்னிடம் குறை கூறினார். அந்த இடையூறுகளின் காரணமாக, உரிய நேரத்தில் நிதி அறிக்கைகளை அவரால் தயாரிக்க முடியவில்லை. 'தொந்தரவு செய்யாதீர்கள்' என்ற ஓர் அறிவிப்பை அவருடைய அறைக் கதவில் தொங்கவிட்டுவிட்டு, காலையில் ஒரு மணிநேரமும் மதியம் ஒரு மணிநேரமும் எந்த இடையூறும் இல்லாமல் வேலை செய்யும்படி நான் அவருக்குப் பரிந்துரைத்தேன். அது அவருடைய தொழில்வாழ்க்கையை முற்றிலுமாக மாற்றியது. பின்னொரு நாள் அவர் என்னைச் சந்தித்தபோது, ஒருசில நாட்களுக்குள் தான் தன்னுடைய பழைய வேலைகள் அனைத்தையும் செய்து முடித்துவிட்டதாக அவர் என்னிடம் கூறினார்.

கூடுதல் நேரத்தைப் பெறுங்கள்

விரைவுப் பாதையில் பயணிக்கின்ற உயரதிகாரிகள் பயன்படுத்துகின்ற இன்னோர் உத்தி இது. காலையில் சற்று முன்னதாகவே எழுந்து, எல்லோரும் வேலைக்கு வருவதற்கு முன்பாக அலுவலகத்திற்கு ஒரு மணிநேரம் முன்னதாகவே சென்றுவிடுங்கள். அந்த ஒரு மணிநேரத்தை, உங்களுடைய அன்றைய நாளை ஒழுங்கமைத்துக் கொள்ளுவதற்கும், உங்களுடைய முக்கியமான வேலையைத் துவக்குவதற்கும் பயன்படுத்திக் கொள்ளுங்கள். பிறகு, மதிய உணவு இடைவேளையையும் பயன்படுத்திக் கொள்ளுங்கள். இதன் மூலம் கூடுதலாக ஒரு மணிநேரத்தை நீங்கள் பெறுகிறீர்கள். இறுதியாக, மாலையில் எல்லோரும் வீட்டிற்குச் சென்ற பிறகு கூடுதலாக ஒரு மணிநேரம் அலுவலகத்தில் தங்கி, அன்று நீங்கள் செய்து முடிக்க வேண்டிய முக்கியமான வேலைகள் ஏதேனும் மீதமிருந்தால் அவற்றை முழுமை செய்யுங்கள்.

இது ஓர் அற்புதமான உத்தியாகும். உங்களுடைய நாளை இவ்வாறு மாற்றியமைத்துக் கொள்ளுவதன் மூலம், காலையிலும் மாலையிலும் போக்குவரத்து நெரிசலை நீங்கள் தவிர்க்கிறீர்கள். அதோடு, அலுவலகத்தில் தினமும் கூடுதலாக மூன்று மணிநேரம் உங்களுக்குக் கிடைக்கிறது. ஒரு சராசரி நபர் தன்னுடைய வேலை நேரத்தில் செய்கின்ற வேலையைவிட மூன்று அல்லது ஐந்து மடங்கு அதிகமான வேலைகளை நீங்கள் செய்து முடிக்கிறீர்கள். இந்த உத்தியைப் பயன்படுத்தி உங்களுடைய உற்பத்தித்திறனை உங்களால் இரட்டிப்பாக முடியும், உங்கள் தொழில்வாழ்க்கையை உங்களால் வெற்றிகரமாக மாற்றியமைக்க முடியும்.

மேதமைக்கான ஆற்றல் உங்களிடம் இருக்கிறது என்பதை நினைவில் கொள்ளுங்கள். நீங்கள் உங்களுடைய படைப்பாற்றலை வெளிப்படுத்தக்கூடிய விஷயங்களில் ஒன்று நேரத் தொகுதிகளை உருவாக்கிக் கொள்ளுவது. அந்த நேரத் தொகுதிகளை நீங்கள் முறையாகப் பயன்படுத்தினால், உங்களால் அதிக அளவில் சாதிக்க முடியும், உங்கள் தொழில்வாழ்க்கையில் மிக வேகமாக முன்னேற முடியும்.

அத்தியாயம் பதினைந்து

இடையூறுகளைக் கட்டுப்படுத்துங்கள்

எந்தவொரு வியாபாரத்திலும் நேரத்தை விரயமாக்குகின்ற மிகப் பெரிய காரணிகள் எதிர்பாராத இடையூறுகள்தான். இவை பல வடிவங்களில் வரும். தொலைபேசி அழைப்பு மணி, உங்கள் ஸ்மார்ட்ஃபோனில் வரும் குறுஞ்செய்தி, திடீரென்று உங்கள் அலுவலக அறைக்குள் அழையா விருந்தாளிகளாக வரும் மக்கள் என்று இப்பட்டியல் நீளுகிறது.

வேலையிடங்களில் மக்கள்தான் நேரத்தை மிகப் பெரிய அளவில் விரயமாக்குகின்றனர். வேலை நேரத்தில் 50 சதவீத நேரத்தை அவர்கள் தங்கள் சக ஊழியர்களுடன் அரட்டையடிப்பதில் செலவிடுகின்றனர். பலர் காலையில் அலுவலகத்திற்குள் நுழைந்தவுடனேயே தங்கள் அரட்டைக் கச்சேரியைத் துவக்கிவிடுகின்றனர். பிறகு அது அடுத்த இரண்டு அல்லது மூன்று மணிநேரம் தொடருகிறது. பல வேலைச் சூழல்களில், காலையில் பதினோரு மணிக்குப் பிறகுதான் மக்கள் தங்கள் உண்மையான வேலையைத் துவக்குகின்றனர். பிறகு, விரைவில் மதிய உணவுக்கான இடைவேளை வந்துவிடுகிறது. உணவு

உட்கொண்டதும், மீண்டும் அரட்டை ஆரம்பமாகிவிடுகிறது. சுமார் ஒன்றரை அல்லது இரண்டு மணிவரை அது தொடருகிறது.

வேலை நேரம் முழுவதும் வேலை செய்யவும்

'வேலை நேரம் முழுவதும் வேலை செய்யவும்' என்பதுதான் நீங்கள் பின்பற்ற வேண்டிய விதிமுறையாகும். நீங்கள் உங்கள் அலுவலகத்திற்குள் நுழைந்த மறுகணமே உங்கள் வேலையைத் துவக்கிவிடுங்கள். மற்றவர்களுடன் அரட்டையடிக்காதீர்கள், செய்தித்தாள்களைப் படிக்காதீர்கள், இணையத்தளத்தைத் துழாவாதீர்கள். உங்களுடைய அன்றைய தினத்தை முந்தைய நாள் இரவே நீங்கள் திட்டமிட்டிருப்பதால், உங்களுடைய மிக முக்கியமான வேலையை உடனடியாகத் துவக்கி, அனைத்து முக்கியமான வேலைகளும் நிறைவடையும்வரை எந்த கவனச்சிதறலும் இல்லாமல் மனத்தை ஒருமுகப்படுத்தி அவற்றைச் செய்து முடியுங்கள்.

இடையூறுகளைக் குறைத்துக் கொள்ளுங்கள்

யாரேனும் உங்களைத் தொலைபேசியில் அழைத்தால், உடனடியாக விஷயத்திற்கு வாருங்கள். "ஹலோ, முருகன், உங்கள் குரலைக் கேட்க மகிழ்ச்சியாக இருக்கிறது. என்ன விசேஷம்?" என்ற ரீதியில் ஏதேனும் கேளுங்கள்.

நேரத்தை விரயம் செய்யாமல் நேராக விஷயத்திற்கு வந்துவிடுங்கள். நீங்கள் முருகனை அழைப்பதாக இருந்தால், அவரிடம் என்னவெல்லாம் பேச விரும்புகிறீர்கள் என்பதை ஒரு பட்டியலிட்டுக் கொண்டு, பிறகு அவரைத் தொலைபேசியில் தொடர்பு கொண்டு, "உங்களுக்கு ஏகப்பட்ட வேலைகள் இருக்கும் என்பதை நான் அறிவேன். நான் உங்களுடன் மூன்று விஷயங்களைப் பற்றி மட்டும் பேச விரும்புகிறேன்," என்று கூறுங்கள்.

இந்த அணுகுமுறை மரியாதையானதாகவும் கண்ணியமானதாகவும் இருக்கும். உயரதிகாரிகளும் தொழிலதிபர்களும் நீங்கள் நேராக விஷயத்திற்கு வருவதையும், விரைவில் உங்கள் தொலைபேசி உரையாடலை முடித்துக் கொள்ளுவதையும் பெரிதும் மெச்சுவர்.

உங்களுடன் அரட்டையடிப்பதற்கு யாரேனும் உங்கள் அறைக்கு வந்தால், "உங்களுடன் பேசுவதில் எனக்கும் விருப்பம்தான். ஆனால் இக்கணம் எனக்கு ஏகப்பட்ட வேலைகள் இருக்கின்றன. மதியத்திற்குள் நான் இவற்றை முடித்தாக வேண்டும். நாம் மாலையில் சந்தித்துப் பேசலாமா?" என்று நீங்கள் கூறலாம்.

"எனக்கு ஏகப்பட்ட வேலைகள் இருக்கின்றன," என்ற வார்த்தைகளை நீங்கள் கூறும்போது, வழக்கமாக மற்றவர்கள் உடனடியாக உங்கள் அறையிலிருந்து வெளியேறிவிடுவார்கள்.

உடனடியாக எழுந்துவிடுங்கள்

எதிர்பாராத இடையூறுகள் ஏற்படும்போது, அந்த இடையூறு நேரத்தைக் குறைத்துக் கொள்ளுவதற்கு, யாரேனும் உங்கள் அறைக்குள் வந்தால் உடனடியாக நீங்கள் எழுந்து விறுவிறுவென்று அவரை நோக்கி நடந்து சென்று, "நான் வெளியே போக வேண்டியிருக்கிறது? உங்களுக்கு என்னிடம் ஏதேனும் உதவி தேவையா?" என்று கேளுங்கள்.

பிறகு, அவரோடு சேர்ந்து உங்கள் அறையைவிட்டு வெளியேறி, நடந்து கொண்டே அவரோடு பேசுங்கள், அவர் கூறுவதைக் காதுகொடுத்துக் கேளுங்கள். அவர் பேசி முடித்தவுடன், அவரை வழியனுப்பி வைத்துவிட்டு, நீங்கள் உங்கள் அறைக்குத் திரும்பி உங்கள் வேலையைத் தொடருங்கள்.

நேர விரயத்தைக் குறைப்பதற்கான இன்னோர் உத்தி உள்ளது. விருந்தினர்களை உங்களுடைய அறைக்குள் அழைத்து வருவதற்கு பதிலாக, தனியாக ஒரு சந்திப்பு அறைக்கு அவர்களை அழைத்துச் செல்லுங்கள். பிறகு, "சரியாக 3:15 மணிக்கு லண்டனில் உள்ள நம்முடைய முகவருடன் ஒரு முக்கியமான தொலைபேசி அழைப்பில் நான் கலந்து கொண்டு பேச வேண்டியுள்ளது. அந்த அழைப்பை என்னால் தவிர்க்க முடியாது. நாம் பேச வேண்டிய எல்லாவற்றையும் அந்த நேரத்திற்குள் பேசி முடித்துவிடுவது நல்லது," என்ற ரீதியில் ஏதேனும் கூறி, உங்கள் சந்திப்பு ஏறத்தாழ எவ்வளவு நேரம் நீடிக்கும் என்பதைத் துவக்கத்திலேயே அவர்களுக்குக் கோடிட்டுக் காட்டிவிடுங்கள்.

மக்கள் உங்களுடைய நேரத்தை மட்டுமல்லாமல், மற்ற எல்லோருடைய நேரத்தையும் விரயம் செய்கின்றனர் என்று பீட்டர் டிரக்கர் கூறுகிறார். "நான் செய்கின்ற எது உங்கள் நேரத்தை வீணாக்குகிறது?" என்று துணிச்சலோடு மற்றவர்களிடம் கேட்கும்படி அவர் உங்களுக்குப் பரிந்துரைக்கிறார். இக்கேள்விக்கு நேர்மையாக விடையளிக்கும்படி மற்றவர்களை நீங்கள் ஊக்குவிக்கும்போது, அவர்கள் கொடுக்கின்ற யோசனைகள் அவர்களுடைய செயற்திறனையும் உற்பத்தித்திறனையும் மட்டுமல்லாமல் உங்களுடைய செயற்திறனையும் உற்பத்தித்திறனையும் அதிகரிப்பதற்கு உதவக்கூடியவையாக இருப்பதைக் கண்டு நீங்கள் பெரிதும் வியப்பீர்கள்.

அத்தியாயம் பதினாறு

உங்கள் வேலைகளைப் பல தொகுதிகளாக ஒழுங்கமைத்துக் கொள்ளுங்கள்

உங்கள் வேலைகளைப் பல தொகுதிகளாகப் பிரித்து ஒழுங்கமைத்துக் கொள்ளுவது என்றால், ஒரே மாதிரியான விஷயங்களை ஒரே நேரத்தில் செய்வது என்று பொருளாகும். நீங்கள் செய்யும் எல்லாவற்றிலும் நீங்கள் சில நுணுக்கங்களைக் கற்றுக் கொள்ளுகிறீர்கள். ஒரே மாதிரியான விஷயங்களை அடுத்தடுத்துத் தொடர்ந்து செய்யும்போது, நீங்கள் சில நுணுக்கங்களைக் கற்றுக் கொள்ளுவீர்கள். அந்த நுணுக்கங்களைப் பயன்படுத்தி அந்த வகையைச் சேர்ந்த ஐந்தாவது விஷயத்தை நீங்கள் செய்து முடித்திருக்கும்போது, அத்தகைய விஷயங்கள் ஒவ்வொன்றையும் செய்வதற்கு உங்களுக்குத் தேவைப்படக்கூடிய நேரம் 80 சதவீதம் குறைந்திருக்கும்.

எடுத்துக்காட்டாக, கடிதங்கள் எழுதும்போது அல்லது மின்னஞ்சல்களுக்கு பதிலளிக்கும்போது, நீங்கள் அவற்றையெல்லாம் ஒன்றுதிரட்டி ஒரே நேரத்தில் எழுதுகிறீர்கள் அல்லது பதிலளிக்க வேண்டும்.

நீங்கள் விடுக்க வேண்டிய தொலைபேசி அழைப்புகளையும் சேர்த்து வைத்து ஒரே நேரத்தில் அடுத்தடுத்து அழைப்பு விடுங்கள். நீங்கள் பலரை நேர்முகத் தேர்வு செய்ய வேண்டியிருந்தால், அவர்களை அடுத்தடுத்து ஒவ்வொருவராக நேர்முகத் தேர்வு செய்யுங்கள். ஒரே மாதிரியான விஷயங்களை இப்போது ஒன்றும் பிறகு ஒன்றுமாகச் செய்வதற்கு பதிலாக ஒரே நேரத்தில் செய்து முடித்துவிடுங்கள்.

மின்னஞ்சலை உங்களுடைய சேவகனாகப் பயன்படுத்திக் கொள்ளுங்கள்

நீங்கள் உங்கள் மின்னஞ்சல்களைக் கையாளும் விதம் உங்கள் தொழில்வாழ்க்கையின்மீது ஒரு மிகப் பெரிய தாக்கத்தை ஏற்படுத்துகிறது. சிலர் தங்களுடைய மின்னஞ்சல்களுக்கு அடிமைகளாக இருக்கின்றனர். அவர்களுடைய கணினியிலோ அல்லது ஸ்மார்ட்ஃபோனிலோ ஒரு மின்னஞ்சல் வந்திருப்பதை அறிவிக்கும் மணி ஒலித்தவுடன், அவர்கள் அப்போது என்ன வேலை செய்து கொண்டிருந்தாலும் அதை அப்படியே நிறுத்திவிட்டு, விறுவிறுவென்று அந்த மின்னஞ்சலைப் படிக்கச் சென்றுவிடுகின்றனர். ஒரு வேலையைப் பாதியிலேயே விட்டுவிட்டு இன்னொரு வேலைக்குத் தாவி, பிறகு மீண்டும் முதல் வேலைக்குத் திரும்பும்போது, உங்கள் செயல்வேகமும் தெளிவும் கணிசமாகக் குறைந்துவிடுகின்றன. இது உங்களுடைய இறுதி விளைவை பாதிக்கிறது.

நூலாசிரியரான டிம் ஃபெரிஸ், மின்னஞ்சல்களுக்கு அடிமையாகியிருந்த தான் அதிலிருந்து மீண்ட விதத்தை இவ்வாறு விவரிக்கிறார். "நான் தினமும் 12–14 மணிநேரம் மின்னஞ்சல்களிலேயே மூழ்கிக் கிடந்தேன். ஆனால் இப்பழக்கத்திலிருந்து என்னை விடுவித்துக் கொள்ள நான் தீர்மானித்தேன். முதலில், காலையில் பதினோரு மணிக்கும் மதியம் நான்கு மணிக்கும் என்று ஒரு நாளைக்கு இரண்டு முறை மட்டுமே என்னுடைய மின்னஞ்சல்களுக்கு பதிலளிக்க நான் முடிவு செய்தேன். சில நாட்களுக்குப் பிறகு, தினமும் ஒரு முறை மட்டுமே நான் என் மின்னஞ்சல்களுக்கு பதிலளிக்கத் தொடங்கினேன்.

இன்னும் சில நாட்களுக்குப் பிறகு, வாரத்திற்கு ஒரு முறை மட்டும் பதிலளிக்கலானேன். மின்னஞ்சல்களுக்கு வாரத்திற்கு ஒரு முறை பதிலளித்தும்கூட என்னுடைய செயற்திறனும் உற்பத்தித்திறனும் வருவாயும் வெகுவாக அதிகரித்தன."

காலையில் ஒருபோதும் உங்கள் மின்னஞ்சல்களைப் படிக்காதீர்கள் என்று நேர நிர்வாக வல்லுனரான ஜூலி மோர்கென்ஸ்டெர்ன் கூறுகிறார். இந்த யோசனை ஏராளமானோருக்கு அதிர்ச்சியளிப்பதாக இருக்கிறது.

மின்னஞ்சல்கள் காத்திருப்பதில் தப்பில்லை

எனக்குத் தெரிந்த ஆக்கபூர்வமான மக்களில் பெரும்பாலானோர் தங்களுடைய மின்னஞ்சல்களுக்குத் தானியங்கி பதில் ஒன்றைத் தயாராக வைத்திருக்கின்றனர். அந்த பதில் இவ்வாறு அமைந்திருக்கிறது: "எனக்குப் பல வேலைகள் இருப்பதால், தினமும் இரண்டு முறை மட்டுமே என்னுடைய மின்னஞ்சல்களுக்கு நான் பதிலளிக்கிறேன். நீங்கள் எனக்கு ஒரு மின்னஞ்சல் அனுப்பியிருந்தால், என்னால் இயன்ற அளவு விரைவாக உங்களுக்கு பதிலளிப்பேன். நீங்கள் என்னிடம் பேச விரும்பும் விஷயம் அவசரமானதாக இருந்தால், இந்தக் குறிப்பிட்டத் தொலைபேசி எண்ணைத் தொடர்பு கொண்டு இந்தக் குறிப்பிட்ட நபரிடம் பேசுங்கள்."

ஒரு பிரபல பத்திரிகையாளர் தன்னுடைய அனுபவம் ஒன்றை என்னிடம் பகிர்ந்து கொண்டார். அவர் இரண்டு வாரகால விடுமுறையில் ஐரோப்பாவுக்குச் சென்றார். அந்தப் பதினைந்து நாட்களும் தன்னை யாராலும் மின்னஞ்சல் வாயிலாகத் தொடர்பு கொள்ள முடியாதபடி அவர் ஏற்பாடு செய்திருந்தார். அவர் தன் விடுமுறை முடிந்து தன் வேலைக்குத் திரும்பியபோது, அவருக்கு 700 மின்னஞ்சல்கள் காத்திருந்தன. அவற்றைப் படித்துப் பார்ப்பதற்கே பல மணிநேரம் ஆகும் என்பதை அவர் உணர்ந்தார். எனவே, அவர் ஆழமாகப் பெருமூச்செறிந்துவிட்டு, அனைத்து மின்னஞ்சல்களையும் ஒட்டுமொத்தமாகத் தன் கணினியிலிருந்து நீக்கிவிட்டார்.

அவர் இது பற்றி என்னிடம் கூறியபோது, “எனக்கு ஒரு மின்னஞ்சலை அனுப்பிவிட்டு, நான் அதற்கு உடனடியாக பதிலளிக்க வேண்டும் என்று எதிர்பார்க்கின்ற எவரொருவருடைய அடிமையாகவும் இருப்பதில் எனக்கு உடன்பாடில்லை. மேலும், இந்த மின்னஞ்சல்களில் ஏதேனும் உண்மையிலேயே முக்கியமானதாக இருந்தால், அதை அனுப்பியவர் மீண்டும் ஒரு முறை அதை எனக்கு அனுப்பி வைப்பார்,” என்று குறிப்பிட்டார்.

அவர் கூறியது முற்றிலும் சரி. அவர் தன் கணினியிலிருந்து தூக்கியெறிந்த மின்னஞ்சல்களில் 90 சதவீதம் அவருக்கு மீண்டும் வரவில்லை. அவர் நீக்கியதில் இருந்த முக்கியமான மின்னஞ்சல்கள் ஒருசில நாட்களில் மீண்டும் அவருக்கு அனுப்பி வைக்கப்படடன.

உங்கள் மின்னஞ்சல் உங்கள் வாழ்க்கையைக் கட்டுப்படுத்த நீங்கள் ஒருபோதும் அனுமதிக்கப் போவதில்லை என்று ஒரு தீர்மானம் மேற்கொள்ளுங்கள். மாறாக, மின்னஞ்சலை உங்கள் தொழில்வாழ்க்கைக்கான ஒரு கருவியாக மட்டுமே பயன்படுத்துவதற்கான ஒழுங்கை உங்களிடம் உருவாக்கிக் கொள்ளுங்கள். மின்னஞ்சல்களுக்கு பதிலளிக்கும்போது விரைவாகவும் சுருக்கமாகவும் தெளிவாகவும் விடையளியுங்கள். உங்கள் மின்னஞ்சல்களை தினமும் அதிகபட்சமாக இரண்டு முறை மட்டுமே படித்து பதிலளியுங்கள். வார இறுதி நாட்களில் மின்னஞ்சல்கள் பக்கம் எட்டிக்கூடப் பார்க்காதீர்கள். அதற்கு பதிலாக, உங்கள் குடும்பத்தினருடனும் நண்பர்களுடனும் நேரம் செலவிடுங்கள் அல்லது உங்களுக்குப் பிடித்தமான ஏதேனும் தனிப்பட்ட நடவடிக்கைகளில் ஈடுபடுங்கள்.

ஒரு செய்தி முக்கியமானதாக இருந்தால் அது எப்படியாவது உங்களுக்குத் தெரிய வந்துவிடும். ஓரிரு நாட்கள் காத்திருக்க முடியாத விஷயங்கள் என்று எதுவுமே இல்லை, குறிப்பாக வியாபாரத்தில்!

அத்தியாயம் பதினொரு

உங்கள் தொலைபேசி அழைப்புகளை ஒழுங்கமைத்துக் கொள்ளுங்கள்

உங்கள் அலைபேசியால் ஓர் அற்புதமான சேவகனாகவும் இருக்க முடியும் அல்லது ஒரு கொடுமையான எஜமானாகவும் இருக்க முடியும். உங்கள் அலைபேசி அழைப்பு மணி ஒலிக்கும்போதெல்லாம் அதை உடனடியாக எடுத்துப் பேச வேண்டும் என்ற துடிப்பு உங்களுக்கு உண்டாகும்போது, உங்கள் அலைபேசி உண்மையிலேயே ஒரு கொடுமைக்கார எஜமானாக மாறிவிடுகிறது.

உங்கள் அலைபேசி அழைப்புகளை உங்கள் கட்டுப்பாட்டிற்குள் கொண்டுவருவதற்குச் சிறந்த வழி, உங்களுடைய நிர்வாகச் செயலாளர் அவற்றை வடிகட்டும்படி செய்வதாகும். அல்லது, உங்கள் அலைபேசியை 'அமைதி'யாக்கிவிட்டு, உங்களுடைய அழைப்புகள் அனைத்தும் வாய்ஸ் மெயிலுக்குப் போய்விடும்படி ஏற்பாடு செய்து கொள்ளுங்கள். ஒருசில அழைப்புகளோ அல்லது குறுஞ்செய்திகளோ மட்டுமே அவசரமானவையாகவோ அல்லது

மிகவும் முக்கியமானவையாகவோ இருக்கும். மற்றவற்றுக்கு நீங்கள் உங்களுக்கு வசதியான நேரத்தில் பதிலளிக்கலாம்.

நாம் கவனச்சிதறல்களுக்கு அடிமைகளாக ஆவதற்கான காரணங்களில் ஒன்று ஆர்வக்கோளாறு. ஒரு குறுஞ்செய்தி நமக்கு வரும்போது, யார் அதை அனுப்பியிருக்கிறார்கள் என்று தெரிந்து கொள்ள நாம் மிகவும் ஆவலாக இருக்கிறோம். ஏதோ ஓர் அழைப்பு வந்தால், மறுமுனையில் யார் இருக்கிறார்கள் என்று தெரிந்து கொள்ள நாம் துடிக்கிறோம். இந்தச் சபலத்திலிருந்து விடுபடுவதற்கான ஒரே வழி, உங்கள் அலைபேசியை அணைத்துவிடுவதுதான். அப்போது எந்த மணிச் சத்தமும் உங்களுக்குக் கேட்காது.

நீங்கள் உங்கள் மேலதிகாரியையோ, வாடிக்கையாளர்களையோ, அல்லது உங்களின்கீழ் பணியாற்றுவோரையோ சந்திக்கும் போதெல்லாம், உங்களுக்கு வரும் அலைபேசி அழைப்புகளை 'ஹோல்டில்' போட்டுவிடுங்கள் அல்லது உங்கள் அலைபேசியை அணைத்துவிடுங்கள். காத்திருக்க முடியாத அளவுக்கு எதுவுமே அவ்வளவு முக்கியமானது அல்ல.

ஒரு நபருடன் எந்தக் குறுக்கீடும் இல்லாமல் பத்து நிமிடங்கள் உரையாடுவது, உரையாடலுக்கு இடையே அடிக்கடி அலைபேசி அழைப்புகளுக்கு பதிலளித்தபடி முப்பது அல்லது நாற்பது நிமிடங்கள் உரையாடுவதைவிட அதிக ஆக்கபூர்வமானதாக இருக்கும். உங்கள் உரையாடல் முடிந்த பிறகு, உங்களுக்கு வந்த அழைப்புகளுக்கு ஒவ்வொன்றாக நீங்கள் பதில் அழைப்பு விடுக்கலாம்.

உங்களுக்கு வரும் அலைபேசி அழைப்புகளை ஒன்றுதிரட்டிக் கொள்ளுங்கள்

நாளின் ஊடாக நீங்கள் பல அலைபேசி அழைப்புகளை விடுக்க வேண்டியிருந்தால், அவை எல்லாவற்றையும் ஒன்றுதிரட்டி, ஒரே நேரத்தில் அடுத்தடுத்து ஒவ்வோர் அழைப்பாக விடுங்கள். அதற்கென்று ஒரு குறிப்பிட்ட அளவு நேரத்தை மொத்தமாக ஒதுக்கிக் கொண்டு, உங்கள் பட்டியலில் உள்ள முக்கியமான நபர்களுக்குத் தொலைபேசி அழைப்புகளை விடுப்பதற்கு

மட்டும் அந்த நேரத்தைப் பயன்படுத்திக் கொள்ளுங்கள். நீங்கள் அழைக்க வேண்டிய ஒவ்வொருவரின் பெயரையும் தொலைபேசி எண்ணையும் அவரிடம் பேச வேண்டிய விஷயத்தையும் ஒரு தாளில் குறித்து வைத்துக் கொண்ட பிறகே அவர்களை அழைக்கத் தொடங்குங்கள்.

உங்கள் மேலதிகாரியுடன் ஒரு சந்திப்பில் கலந்து கொள்ள வேண்டியிருந்தால் நீங்கள் எவ்வளவு கவனமாக அந்தச் சந்திப்பைத் திட்டமிடுவீர்களோ, அதேபோல உங்களுடைய தொலைபேசி அழைப்புகளையும் கவனமாகத் திட்டமிட்டுக் கொள்ளுங்கள். அது ஒரு முக்கியமான அழைப்பாக இருந்தால், நீங்கள் அந்நபருடன் பேச வேண்டிய முக்கியமான விஷயங்கள் அனைத்தையும் தெளிவாகப் பட்டியலிட்டுக் கொண்டு, ஒவ்வொரு விஷயமாகப் பேசுங்கள். தொலைபேசியில் தொடர்பு கொள்ளுவதற்குச் சிரமமான ஒரு முக்கியமான நபருடன் ஓர் அழைப்பை முடித்துவிட்டுத் தொலைபேசியைக் கீழே வைத்த அடுத்த நொடி, நீங்கள் ஏதோ ஒரு முக்கியமான விஷயத்தை அவருடன் பேச மறந்துவிட்டது உங்கள் நினைவுக்கு வரும்போது அது உங்களுக்குப் பெரும் மனச்சோர்வை ஏற்படுத்தும். எனவே, நீங்கள் ஒருவருடன் கலந்து பேச வேண்டிய எல்லாவற்றையும் ஒரு தாளில் குறித்துக் கொண்டு அந்நபரை அழைத்துப் பேசும்போது, நீங்கள் எதையும் மறக்கக்கூடிய வாய்ப்பு இருக்காது.

அடக்கத்தோடும் கண்ணியத்தோடும் நடந்து கொள்ளுங்கள்

நீங்கள் ஒருவரைத் தொலைபேசியில் அழைக்கும்போது, “நான் உங்களுடன் இப்போது பேசலாமா? இப்போது பேசுவது உங்களுக்கு வசதிப்படுமா?” என்று முதலில் விசாரிப்பது இங்கிதமான செயலாகும். உயரதிகாரிகள் எந்தவோர் அழைப்புக்கு முன்பாகவும் இப்படிக் கேட்பதை வழக்கமாகக் கொண்டுள்ளனர். ஏற்கனவே திட்டமிடப்பட்ட அழைப்புகளின்போதுகூட அவர்கள் இவ்வாறு கேட்கின்றனர். திட்டமிடப்பட்ட நேரத்தில் அந்நபருக்கு எதிர்பாராத நெருக்கடி ஏதேனும் எழுந்தால், அப்போது அந்த அழைப்பைத் தொடருவது அவருக்கு இயலாததாக இருக்கும்.

ஆனாலும் நீங்கள் விடாப்பிடியாக அவரோடு பேசினால், அவர் உங்கள் உரையாடலில் முழுமையான கவனம் செலுத்த முடியாமல் போகும். எனவே, "இது பேசுவதற்கு உகந்த நேரமா?" என்று எப்போதும் கேளுங்கள்.

இப்போது பேசுவது வசதிப்படாது என்று அடுத்தவர் கூறினால், அவருக்கு எந்த நேரம் வசதிப்படும் என்பதையும் கேட்டுத் தெரிந்து கொண்டு, அந்த நேரத்தில் நீங்கள் மீண்டும் அழைப்பதாக அவரிடம் கூறுங்கள். அவரை நீங்கள் மதிப்பதை வெளிப்படுத்துவதற்கான ஓர் எளிய வழி இது. அவர் இதைப் பெரிதும் மெச்சுவார். நீங்கள் அழைக்கும் நபர் உங்களுக்கு விருப்பமான நேரத்தில் உங்களுடன் பேச ஓய்வாக இருப்பார் என்று ஒருபோதும் அனுமானிக்காதீர்கள், நீங்கள் ஏற்கனவே அந்த அழைப்பை முன்கூட்டியே திட்டமிட்டிருந்தாலும்கூட!

தொலைபேசி அழைப்புகளை ஒழுங்கமைத்துக் கொள்ளுங்கள்

நீங்கள் ஒருவரை நேரில் சந்திப்பதற்கு எப்படி ஏற்பாடு செய்வீர்களோ, தொலைபேசி அழைப்புகளை முன்கூட்டியே திட்டமிடுவதற்கும் அதே அணுகுமுறையைப் பயன்படுத்துங்கள். நீங்கள் ஒருவருக்கு அழைப்பு விடுக்கும்போது, நீங்கள் எந்த நேரத்தில் ஓய்வாக இருப்பீர்கள் என்று குறிப்பிட்டு, எந்த எண்ணில் அவர் உங்களைத் தொடர்பு கொள்ள வேண்டும் என்பதையும் தெளிவாகத் தெரிவித்துவிடுங்கள். மக்கள் உங்களை அழைக்கும்போது, நீங்கள் ஏதேனும் வேலையில் மும்முரமாக இருந்தால், வேறொரு நேரத்தில் நீங்கள் அவரை அழைப்பதற்கு அவருக்கு வசதியான நேரம் எது என்று கேட்டுத் தெரிந்து கொள்ளும்படி உங்கள் செயலாளரிடம் அறிவுறுத்துங்கள். பிறகு, நீங்கள் திட்டமிட்டபடி அவரைத் தொடர்பு கொண்டு பேசுங்கள்.

தொலைபேசியை உங்கள் வேலைக்கான ஒரு கருவியாகப் பயன்படுத்துங்கள். உரையாடல்கள் சுருக்கமாக இருக்கும்படி பார்த்துக் கொள்ளுங்கள். நேராக விஷயத்திற்கு வந்துவிடுங்கள். அடக்கத்தோடும் நட்போடும் பேசுங்கள், ஆனால் உங்கள் கவனம் உங்கள் வேலையின்மீது இருப்பதை உறுதி செய்து கொள்ளுங்கள்.

உங்கள் தொலைபேசி உரையாடலுக்கான நேரத்தையும் விஷயத்தையும் நீங்கள் எவ்வளவு அதிகத் துல்லியமாகத் திட்டமிட்டுக் கொள்ளுகிறீர்களோ, அந்த அழைப்பின்போது நீங்கள் அவ்வளவு அதிகமான விஷயங்களைக் கையாளுவீர்கள், அவ்வளவு அதிக ஆக்கபூர்வமான உரையாடலாக அது அமையும்.

அத்தியாயம் பதினெட்டு

பலனளிக்கக்கூடிய விதத்தில் சந்திப்புக்கூட்டங்களை நடத்துங்கள்

எந்தவொரு நிறுவனத்திலும் நிர்வாகத்தின் *25–50* சதவீத நேரம் பல வகையான சந்திப்புகளில் செலவிடப்படுகிறது. தனிப்பட்டச் சந்திப்புகள், குழுவினருடனான சந்திப்புகள், அலுவலகத் தாழ்வாரங்களில் நடந்து கொண்டே நிகழ்த்தப்படும் சுருக்கமான சந்திப்புகள், ஓர் அறையில் வைத்து நடைபெறும் முழுமையான சந்திப்புக்கூட்டங்கள் என்று அவை பலவகைப்படும். துரதிர்ஷ்டவசமாக, சந்திப்புக்கூட்டங்களில் *50* சதவீதத்திற்கும் அதிகமான நேரம் விரயமாகிவிடுகிறது. சந்திப்புக்கூட்டங்கள் ஏகப்பட்ட நேரத்தைக் கபளீகரம் செய்துவிடுகின்றன, ஆனால் அவற்றிலிருந்து கிடைக்கும் விளைவுகள் நீடித்த மதிப்புக் கொண்டவையாக இருப்பதில்லை. ஆனால், சந்திப்புக்கூட்டங்கள் ஒரு முக்கியமான மேலாண்மைக் கருவி என்பதில் எந்த மாற்றுக் கருத்தும் இருக்க முடியாது. எனவே, அவை நமக்குப் பலனளிக்கும்படி அவற்றை நாம் கையாள வேண்டும்.

சந்திப்புக்கூட்டத்திற்கு ஆகக்கூடிய செலவைக் கணக்கிட்டுக் கொள்ளுங்கள்

நீங்கள் ஒரு சந்திப்புக்கூட்டத்திற்கு அழைப்பு விடுப்பதற்கோ அல்லது ஒரு சந்திப்புக்கூட்டத்தில் கலந்து கொள்ளுவதற்கோ ஒரு நல்ல காரணம் இருப்பதை உறுதி செய்து கொள்ளுங்கள். ஒவ்வொரு சந்திப்பும் உங்கள் தொழிலுக்கான ஒரு முதலீடு என்று நினைத்துக் கொள்ளுங்கள். ஒவ்வொரு சந்திப்புக்கூட்டமும் செலவை உள்ளடக்கிய ஒன்று என்பதாகப் பாருங்கள். ஒரு கூட்டத்தில் கலந்து கொள்ளுகின்ற நபர்கள் ஒவ்வொருவரும் ஒரு மணிநேரத்திற்கு எவ்வளவு சம்பளம் வாங்குகிறார்கள் என்பதைக் கணக்கிட்டுக் கொண்டு, எவ்வளவு நேரம் அக்கூட்டம் நடைபெறுகிறதோ அதற்கு மொத்தமாக எவ்வளவு செலவாகும் என்று கணக்கிடுங்கள். இந்தச் செலவை நீங்கள் ஒரு முதலீடாக எடுத்துக் கொள்ளும்பட்சத்தில், இந்த முதலீட்டிற்கான பதிலீட்டை நீங்கள் பெற்றாக வேண்டும்.

உங்கள் சந்திப்புக்கூட்டத்தில் பத்து நபர்கள் கலந்து கொள்ளுகிறார்கள் என்றும், அவர்கள் ஒவ்வொருவரும் சராசரியாக ஒரு மணிநேரத்திற்கு 200 ரூபாய் சம்பளம் வாங்குவதாகவும் வைத்துக் கொள்ளுங்கள். அப்படியானால், ஒரு மணிநேரச் சந்திப்பிற்கு உங்கள் நிறுவனத்திற்கு இரண்டாயிரம் ரூபாய் செலவாகப் போகிறது. யாரேனும் ஒரு பணித்திட்டத்திற்கு இரண்டாயிரம் ரூபாயைச் செலவிட விரும்பி, அதற்கு உங்களுடைய ஒப்புதலைக் கேட்டு உங்களிடம் வந்தால், அந்தச் செலவிலிருந்து உங்கள் நிறுவனத்திற்கு என்ன பதிலீடு கிடைக்கும் என்று நீங்கள் அவரிடமிருந்து தெரிந்து கொள்ள விரும்புவீர்கள். நீங்கள் அந்தச் செலவுக்கு ஒப்புதல் வழங்குவதற்கு முன்பாக அது பற்றித் தீவிரமாகச் சிந்திக்க விரும்புவீர்கள். இவ்வளவு பெரிய தொகையைக் கொடுக்க ஒப்புக் கொள்ளுவதற்கு முன்பாக, அந்தப் பணித்திட்டம் தொடர்பான கூடுதல் தகவல்களையும் விபரங்களையும் நீங்கள் அவரிடம் கேட்பீர்கள். உங்களுடைய சந்திப்புக்கூட்டங்களையும் இதுபோலவே கருதுங்கள்.

தேவையற்றக் கூட்டங்களைத் தவிர்த்துவிடுங்கள். ஒரு கூட்டம் உண்மையில் நடைபெற்றாக வேண்டுமா என்று

எப்போதும் கேளுங்கள். ஒரு சந்திப்புக்கூட்டம் தேவையில்லை என்றால், அக்கூட்டம் நிச்சயமாக நடைபெறக்கூடாது. நீங்கள் தனிப்பட்ட முறையில் ஒரு கூட்டத்தில் கலந்து கொள்ள வேண்டிய தேவை இல்லை என்றால், அதைத் தவிர்த்துவிடுங்கள். நீங்கள் ஒரு கூட்டத்திற்கு ஏற்பாடு செய்கிறீர்கள் என்றால், யாரெல்லாம் அதில் கண்டிப்பாகக் கலந்து கொண்டாக வேண்டும் என்று உங்களை நீங்களே கேட்டுக் கொண்டு, அவர்களுக்கு மட்டும் அழைப்பு விடுங்கள். ஒருவரை மகிழ்ச்சிப்படுத்துவதற்காகவோ அல்லது தான் முக்கியமானவர் என்ற உணர்வை அவருக்குள் ஏற்படுத்துவதற்காகவோ, கூட்டத்திற்குத் தேவையில்லாத நபர்களுக்கு அழைப்பு விடுக்காதீர்கள்.

ஒரு சந்திப்புக்கூட்டத்தில் பேசப்பட வேண்டிய விஷயங்களைத் தீர்மானித்துக் கொள்ளுங்கள்

ஒவ்வொரு கூட்டத்திற்கும் எழுத்துபூர்வமான பட்டியல் ஒன்றை எப்போதும் தயாரித்துக் கொள்ளுங்கள். அக்கூட்டத்தில் விவாதிக்கப்பட வேண்டிய அல்லது தெரிவிக்கப்பட வேண்டிய அனைத்து விஷயங்களும் அப்பட்டியலில் இடம்பெற்றிருக்க வேண்டும். அவற்றை முன்னுரிமைப்படி ஒழுங்கமைத்துக் கொண்டு, மிக முக்கியமான விஷயத்தை முதலில் கையாளுங்கள். ஒருவேளை நேரப் பற்றாக்குறை ஏற்பட்டால், குறைவான முக்கியத்துவம் கொண்ட விஷயங்கள் மட்டுமே விடுபட்டுப் போகும், மிக முக்கியமான விஷயங்கள் கையாளப்பட்டிருக்கும். கூட்டத்தின் தலைவர் என்ற முறையில், விவாதங்களும் கலந்துரையாடல்களும் சரியான பாதையில் சென்று கொண்டிருப்பதை உறுதி செய்ய வேண்டியது உங்கள் வேலையாகும். ஒரு விஷயத்திலிருந்து அடுத்த விஷயத்திற்குப் போகும்போது, முதல் விஷயத்தை முழுமையாக நிறைவு செய்து எல்லோரும் அதைப் புரிந்து கொள்ளுவதையும் நீங்கள் உறுதி செய்ய வேண்டும்.

திட்டமிட்ட நேரத்தில் சந்திப்புக்கூட்டங்களைத் துவக்குவதிலும் முடிப்பதிலும் உறுதியாக இருங்கள். வழக்கமாகத் தாமதமாக வருகின்ற நபர்கள் உங்கள் நிறுவனத்தில் இருந்தால், நீங்கள் உங்கள் கூட்டத்தைத் துவக்கியவுடன் உங்கள் அறைக்

கதவைப் பூட்டிவிடுவது ஒரு நல்ல யோசனையாகும். அல்லது, தாமதமாக வருபவர்கள் இனி வர மாட்டார்கள் என்று அனுமானித்துக் கொண்டு உங்கள் கூட்டத்தைத் துவக்கிவிடலாம். ஒரு கூட்டம் தொடங்கியவுடன், அதற்கு எந்த இடையூறும் ஏற்படாதபடி பார்த்துக் கொள்ளுங்கள்.

ஒரு தலைவர் ஒரு சந்திப்புக்கூட்டத்திற்கு அழைப்பு விடுத்து, அவரின்கீழ் பணியாற்றுபவர்கள் அதில் கலந்து கொண்டிருக்கும்பட்சத்தில், அவரே அந்த ஒட்டுமொத்தக் கூட்டத்தின்மீது ஆதிக்கம் செலுத்த முயற்சிக்கும் போக்கு, தலைமைத்துவத்தின் மிகப் பெரிய குறைபாடுகளில் ஒன்று என்று நூலாசிரியரான மார்ஷல் கோல்டுஸ்மித் கூறுகிறார். நீங்கள் அவர்களுடைய மேலதிகாரி என்பதால் அவர்கள் உங்களுடைய பேச்சைச் செவிமடுக்கிறார்கள். ஆனால், காலப்போக்கில், தாங்கள் எதுவும் பேசாமல் இருக்கவும் உங்கள் பேச்சில் குறுக்கிடாமல் இருக்கவும் அவர்கள் கற்றுக் கொண்டுவிடுகிறார்கள். நீங்கள் உங்களுக்குத் தோன்றுவதைப் பேசி முடிக்கும்வரை அவர்கள் பொறுமையாகக் காத்திருக்கின்றனர்.

அதிகமான கேள்விகளைக் கேளுங்கள்

எந்தவொரு சந்திப்புக்கூட்டத்திலும் குறைவாகப் பேசுங்கள், அதிகமாகக் காதுகொடுத்துக் கேளுங்கள். அதிகமான கேள்விகளைக் கேளுங்கள். அங்கு கூடியுள்ள நபர்கள் ஒவ்வொருவரிடமிருந்தும் சிறந்த சிந்தனையை வெளிக்கொண்டு வாருங்கள். நீங்கள் ஒருவர் மட்டுமே எல்லா நேரமும் பேசிக் கொண்டிருந்தால் அது சாத்தியப்படாது.

எல்லோரும் நின்றபடி நடைபெறுகின்ற சந்திப்புக்கூட்டங்கள்தான் மிகச் சிறந்தவையாகவும் மிகுந்த பலனளிப்பவையாகவும் இருக்கின்றன. நீங்கள் உங்கள் அலுவலக அறையில் வைத்து இந்த வகையான கூட்டங்களை நடத்தலாம். பேசப்பட வேண்டியவற்றை நின்றபடியே விரைவாகப் பேசிவிட்டு, அவரவர் தங்கள் வேலையைப் பார்க்கப் போய்விடலாம்.

இப்படிப்பட்ட ஒரு கூட்டத்தைக் கூட்டுவது மிகவும் எளிது. "உங்கள் எல்லோருக்கும் ஏராளமான வேலைகள் இருக்கின்றன.

எனவே, உங்கள் நேரத்தைக் கருதி, நாம் நின்று கொண்டே இந்தச் சந்திப்பை விரைவாக நடத்தி முடித்துவிடலாம்," என்று நீங்கள் கூறலாம். மக்களுக்கு எப்போதுமே அதிகமான வேலைகள் இருப்பதால், உங்கள் ஊழியர்கள் உங்களுடைய இந்த அணுகுமுறையைப் பெரிதும் மெச்சுவதைக் கண்டு நீங்கள் வியப்படைவீர்கள்.

"நிர்வாகத்தின் நேரத்தில் 25 சதவீதத்திற்கும் அதிகமான நேரம் சந்திப்புக்கூட்டங்களில் செலவிடப்பட்டால், அந்நிறுவனத்தின் நிர்வாகத்தில் கோளாறு இருக்கிறது என்று பொருள்," என்று பீட்டர் டிரக்கர் ஒருமுறை கூறினார்.

வேகமாகப் படியுங்கள், அதிகமாக நினைவில் பதியுங்கள்

ஒரு சராசரித் தொழிலதிபர் இன்று மின்னஞ்சல்களிலும் அறிக்கைகளிலும் செய்திகளிலும் வியாபாரரீதியான தகவல்களிலும் பத்திரிகைக் கட்டுரைகளிலும் ஆயிரக்கணக்கான வார்த்தைகளைப் படிக்கிறார். இன்று நீங்கள் வெற்றிகரமாக விளங்க வேண்டும் என்றால், உங்களுடைய வாசிப்புத் தேவைகளை நீங்கள் சிறப்பாகக் கையாள வேண்டியது இன்றியமையாதது. அறிவுசார்ந்த ஒரு சமுதாயத்தில் நாம் வாழ்ந்து கொண்டிருக்கிறோம். ஒரு முக்கியமான தகவல் உங்கள் வேலையின்மீதும் நீங்கள் மேற்கொள்ளும் தீர்மானங்கள்மீதும் ஓர் உடனடித் தாக்கத்தை ஏற்படுத்தும் ஆற்றலைக் கொண்டுள்ளது.

நீங்கள் எதைப் படிக்கிறீர்கள் என்பதில் கவனமாக இருங்கள். அதற்குச் சிறிது நேரத்தை ஒதுக்கிக் கொள்ளுங்கள். உங்கள் வேலைக்கும் வாழ்க்கைக்கும் முக்கியமானவற்றை மட்டுமே படியுங்கள். மற்றவற்றைப் படிக்க ஏற்படக்கூடிய சபலத்திற்கு அடிபணியாதீர்கள்.

வேகமாகப் படிக்கக் கற்றுக் கொள்ளுங்கள்

உங்களிடம் வருகின்ற எல்லாத் தகவல்களையும் உங்களால் தவிர்க்க முடியாது, ஆனால் உங்களுக்கு வசதியான ஒரு நேரத்தில் அவற்றை வகைப்படுத்திக் கையாளுங்கள். வேகமாகப் படிக்கக் கற்றுக் கொள்ளுவது நீங்கள் வளர்த்துக் கொள்ளக்கூடிய முக்கியமான திறமைகளில் ஒன்று. வேகமாகப் படிப்பதற்கான பயிற்சி வகுப்பில் நீங்கள் இதுவரை கலந்து கொண்டதில்லை என்றால், இப்போது நீங்கள் அதைச் செய்தாக வேண்டும். இந்த ஒரு பயிற்சி, உங்களுடைய வாசிப்பு வேகத்தையும் நினைவுத் திறனையும் மும்மடங்காக அதிகரிக்கும். வேகமாகப் படிப்பதற்கு உதவக்கூடிய தொழில்நுட்பங்கள் அற்புதமானவை. நிமிடத்திற்கு 500–1,000 வார்த்தைகளைப் படிக்கவும் புரிந்து கொள்ளவும் எவரொருவராலும் கற்றுக் கொள்ள முடியும்.

நீங்கள் படிக்க வேண்டியவற்றை மொத்தமாகச் சேர்த்து வைத்துக் கொள்ளுங்கள்

நீங்கள் இணையத்தைத் துழாவிக் கொண்டிருக்கும்போது முக்கியமான அல்லது மதிப்பு வாய்ந்த தகவல்களோ, யோசனைகளோ, கருத்துக்களோ, அல்லது கட்டுரைகளோ உங்கள் பார்வையில் படும்போது, அவற்றை அச்சிட்டு ஒரு கோப்பில் போட்டு வைத்துக் கொள்ளுங்கள் அல்லது உங்கள் கணினியில் எங்கேனும் சேமித்து வைத்துக் கொள்ளுங்கள். நீங்கள் செய்து கொண்டிருக்கும் வேலையை விட்டுவிட்டு அவற்றைப் படிக்கத் தொடங்குவதற்கு பதிலாக, பின்னொரு சமயம் அவற்றைப் படியுங்கள். இவ்வாறு செய்ய நீங்கள் பழகிக் கொள்ளும்போது, நீங்கள் அதிகமான விஷயங்களைப் படிப்பதையும் அவற்றை நீங்கள் மிகவும் கவனமாகப் படிப்பதையும் கண்டு நீங்கள் வியப்பீர்கள்.

செய்தித்தாள்களைப் பொருத்தவரை, அன்றாட அடிப்படையில் முக்கியமான விஷயங்கள் டிஜிட்டல் வடிவில் நேராக உங்கள் கணினிக்கு வரும்படி நீங்கள் ஏற்பாடு செய்து கொள்ளலாம் அல்லது செய்தித்தாளைப் படிக்கலாம். நீங்கள்

இவ்விரண்டில் எதைத் தேர்ந்தெடுத்தாலும், விரைவாக மேலோட்டமாகப் பார்த்துவிட்டு, உங்களுக்குப் பொருத்தமான விஷயங்களை மட்டுமே படியுங்கள். செய்திகளைப் பொருத்தவரை, அவை ஒவ்வொன்றின் தலைப்பிலும் முதல் பத்தியிலும் அச்செய்தி பற்றிய முக்கியமான தகவல்கள் இடம்பெற்றிருக்கும். என்ன நிகழ்ந்தது என்பதைத் தெரிந்து கொள்ள நீங்கள் முழுச் செய்தியையும் படிக்க வேண்டியிருக்காது.

தேர்ந்தெடுத்துப் படியுங்கள்

பத்திரிகைகளை நீங்கள் ஒரு பக்கத்தைக்கூட விடாமல் படிக்கும்படிதான் அவை வடிவமைக்கப்படுகின்றன. அப்போதுதான் அவற்றில் இடம்பெற்றுள்ள அனைத்து விளம்பரங்களையும் நீங்கள் பார்ப்பீர்கள். செய்தித்தாள்களும் இதைத்தான் செய்கின்றன.

எனவே, பத்திரிகைகள், செய்தித்தாள்கள் போன்றவற்றைப் படிக்கும்போது, உங்களுக்குப் பொருத்தமான மற்றும் முக்கியமானவற்றை மட்டுமே தேர்ந்தெடுத்துப் படியுங்கள். ஒரு பத்திரிகையைப் படிக்கும்போது, நீங்கள் படிக்க விரும்புகின்ற கட்டுரைகள் இடம்பெற்றுள்ள பக்கங்களைக் கிழித்துத் தனியாக ஒரு கோப்பில் போட்டுவிடுங்கள். பிறகு உங்களுக்கு நேரம் கிடைக்கும்போது அந்தக் கோப்பில் உள்ளவற்றை நிதானமாகவும் கவனமாகவும் படியுங்கள்.

புத்தகங்களைப் பொருத்தவரை, அவற்றை நன்றாகப் பரிசீலித்துவிட்டு, உங்களுக்குப் பிடித்தமானவற்றையும் பொருத்தமானவற்றையும் மட்டுமே தேர்ந்தெடுங்கள். புத்தக விமர்சனங்களைப் படியுங்கள். ஒரு புத்தகத்தைப் பற்றி ஒருசில நிமிடங்களில் நீங்கள் நன்றாகப் புரிந்து கொள்ளுவீர்கள்.

முடியாது என்று கூறத் தயங்காதீர்கள்

படிப்பதில் நேரத்தை மிச்சப்படுத்துவதற்குச் சிறந்த வழி, ஒன்றைப் படிக்கவே போவதில்லை என்று தீர்மானிப்பதுதான். ஒரு புத்தகத்தின் உள்ளடக்கத்தையும், அறிமுகப் பக்கங்களையும், நூலாசிரியர் பற்றிய தகவல்களையும் கவனமாக ஆராய்வதற்கு

நீங்கள் ஒருசில நிமிடங்களைச் செலவிட்டால், அப்புத்தகமோ அல்லது பத்திரிகையோ உங்களுக்கு முக்கியமானதுதானா என்பதை உங்களால் கண்டுபிடித்துவிட முடியும். அது முக்கியமானது அல்ல என்று உங்களுக்குத் தெரிய வந்தால், அதை அப்படியே தூக்கியெறிந்துவிட்டு, அந்த நேரத்தை வேறு முக்கியமான விஷயங்களைச் செய்யப் பயன்படுத்திக் கொள்ளுங்கள்.

ஓர் அமைப்புமுறையை உருவாக்கிக் கொள்ளுங்கள்

காலப்போக்கில், வியாபரம், பொருளாதாரம், அரசியல், தனிநபர் வளர்ச்சி போன்ற பல்வேறு விஷயங்களைப் பற்றிப் படிப்பதற்கு தினமும் இரண்டிலிருந்து மூன்று மணிநேரத்தை நான் ஒதுக்கி வந்துள்ளேன். என் தொழில்வாழ்க்கையில் மொத்தமாக ஏறத்தாழ 1,50,000 மணிநேரம் நான் படித்திருக்கிறேன். நான் சேகரித்தத் தகவல்களைக் கொண்டு, இப்புத்தகம் உட்பட அறுபதுக்கும் மேற்பட்டப் புத்தகங்களை என்னால் எழுத முடிந்துள்ளது.

என்னால் எப்படி இவ்வளவு அதிகமாகப் படிக்க முடிகிறது என்று மக்கள் என்னிடம் கேட்கும்போது, அதற்கு நான் ஓர் எளிய விளக்கத்தைக் கொடுக்கிறேன். நான் படிக்க வேண்டியவற்றை நான் ஓரிடத்தில் ஒழுங்கமைத்துக் கொள்ளுகிறேன். பிறகு, விமான நிலையங்களில் நான் காத்திருக்கும் நேரத்திலும், விமானப் பயணங்களின்போது எனக்குக் கிடைக்கும் நேரத்திலும், அவ்வப்போது கிடைக்கும் ஓய்வு நேரத்திலும் நான் அவற்றைச் சிறிது சிறிதாகப் படிக்கிறேன்.

படிப்பவர்கள்தான் தலைவர்களாக ஆகின்றனர் என்று கூறப்படுகிறது. உங்கள் தொழில் தொடர்பான சமீபத்தியத் தகவல்கள்வரை நீங்கள் அறிந்து வைத்திருக்காவிட்டால், உங்கள் தொழிலில் உங்களால் முன்னணியில் இருக்க முடியாது. எனவே, நீங்கள் உங்கள் தொழில் பற்றியோ அல்லது நீங்கள் பணியாற்றும் துறை பற்றியோ தொடர்ந்து படியுங்கள், தகவல்களைத் திரட்டிக் கொள்ளுங்கள், அவற்றை உங்கள் முன்னேற்றத்திற்குப் பயன்படுத்திக் கொள்ளுங்கள்.

அத்தியாயம் இருபது

தனிப்பட்ட வளர்ச்சியில் முதலீடு செய்யுங்கள்

உங்கள் மதிப்பை அதிகரித்துக் கொள்ளவும், உங்கள் உற்பத்தித்திறனை மேம்படுத்திக் கொள்ளவும், உங்கள் வேலைக்கு உங்களை அதிக முக்கியமானவராக ஆக்கிக் கொள்ளவும் நீங்கள் செய்யக்கூடிய மிக முக்கியமான விஷயம், நீங்கள் செய்கின்ற முக்கியமான விஷயங்களில் மேன்மேலும் சிறப்புறுவதுதான்.

சுயவளர்ச்சி என்பது ஒரு தொடர்ச்சியான செயல்முறையாக இருக்க வேண்டும். தினமும் அதற்காக நீங்கள் சிறிதளவு நேரத்தை ஒதுக்க வேண்டும். நேர நிர்வாகத்தின் ஒரு முக்கியமான அம்சம் அது. உயர்ந்த பொறுப்புகளை உள்ளடக்கிய பெரிய பதவிகள் உங்களைத் தேடி வரும்படி செய்வதற்கு நீங்கள் சுயவளர்ச்சியின்மீது கவனம் செலுத்த வேண்டியது இன்றியமையாதது.

தொடர்ந்து வளருவதற்கு உங்கள் அட்டவணையில் சிறிது நேரத்தைக் குறித்துக் கொள்ளுங்கள். நீங்கள் இன்று அடைந்திருக்கும் நிலைக்கு உங்களைக் கூட்டி வந்துள்ள

உங்களுடைய தற்போதைய அறிவாலும் திறமையாலும் இதற்கு அப்பால் உங்களை அழைத்துச் செல்ல முடியாது. நீங்கள் உங்கள் தொழில்வாழ்க்கையில் தொடர்ந்து முன்னேற விரும்பினால், நீங்கள் அதிகப்படியான அறிவைக் கைவசப்படுத்த வேண்டும். நீங்கள் மேன்மேலும் அதிகமாகக் கற்றுக் கொள்ள வேண்டும்.

தொடர்ச்சியான மற்றும் முடிவற்ற மேம்பாடு

தினமும் உங்களை வளர்த்துக் கொள்ளவும் மேம்படுத்திக் கொள்ளவும் முயற்சி செய்யுங்கள். உங்களுடைய வேலைத் திறனை மேம்படுத்தக்கூடிய ஏதோ ஒன்றை நீங்கள் தினமும் ஒரு மணிநேரம் படித்தால், ஐந்து ஆண்டுகளில் நம்முடைய சமுதாயத்தின் மேல்மட்ட ஒரு சதவீத மக்களில் ஒருவராக நீங்கள் ஆகிவிடுவீர்கள்.

நீங்கள் உங்கள் காரில் பயணம் செய்யும்போது ஆடியோ மூலமான பயிற்சியைச் செவிமடுங்கள். இன்று அனைத்துத் தகவல்களும் யோசனைகளும் 'சிடி'க்களில் கிடைக்கின்றன, ஸ்மார்ட்போனில் தரவிறக்கம் செய்யும் விதத்தில் இருக்கின்றன. அவை ஏறத்தாழ அனைத்து மொழிகளிலும் வருகின்றன.

ஒருவர் சராசரியாக ஆண்டொன்றுக்கு 500–1,000 மணிநேரம் தன் காரில் பயணிக்கிறார். அவர் ஒரு வாரத்திற்கு நாற்பது மணிநேரம் வேலை செய்வதாக வைத்துக் கொண்டால், அவர் தன்னுடைய பயணத்தில் செலவிடும் நேரம் கிட்டத்தட்டப் பன்னிரண்டிலிருந்து இருபது வேலைவாரங்களுக்குச் சமம். அது ஒரு பல்கலைக்கழகத்தில் ஓரிரு செமஸ்டர்களுக்குச் சமம். அப்படியானால், உங்கள் பயண நேரத்தைக் கற்பதற்கான நேரமாக நீங்கள் மாற்றிக் கொள்ளும்போது, ஒரு பல்கலைக்கழகத்தில் முழுநேரம் படிப்பதற்கு அது ஒப்பாகும். காரில் பயணிக்கும்போது ஆடியோ பயிற்சிகளைக் கேட்க நீங்கள் தவறும்போது, கற்பதற்கு இன்று வாய்த்துள்ள மாபெரும் வாய்ப்புகளில் ஒன்றை நீங்கள் இழக்கிறீர்கள்.

வல்லுனர்கள் கற்றுக் கொடுக்கின்ற பயிலரங்குகளில் கலந்து கொள்ளுங்கள்

உங்கள் துறையில் வல்லுனர்களாக இருக்கின்றவர்கள் நடத்துகின்ற கருத்தரங்குகளிலும் பயிலரங்குகளிலும் ஆண்டுக்கு நான்கு முறையாவது கலந்து கொள்ளுங்கள். அவற்றைத் தீவிரமாகத் தேடுங்கள். அவற்றில் கலந்து கொள்ளுவதற்காக நீண்ட தூரம் பயணிக்கவும் நீங்கள் தயாராக இருக்க வேண்டும்.

தத்தம் துறைகளில் ஏற்கனவே வெற்றியாளர்களாகவும் பழுத்த அனுபவம் வாய்ந்தவர்களாகவும் இருக்கின்றவர்கள் நடத்துகின்ற நிகழ்ச்சிகளில் மட்டுமே நீங்கள் கலந்து கொள்ள வேண்டியது இங்கு முக்கியமாகும்.

அத்தியாயம் இருபத்தொன்று

நீங்க வேலை செய்யும் இடத்தை நேர்த்தியாக ஒழுங்கமைத்துக் கொள்ளுங்கள்

நேர நிர்வாகத்திற்கு இன்றியமையாத இன்னொரு விஷயம் இது. உங்கள் அலுவலக மேசை எப்போதும் தூய்மையாக இருக்க வேண்டும். நீங்கள் வேலை செய்யும் இடத்தைச் சுற்றிலும் எல்லாம் நேர்த்தியாக ஒழுங்கமைக்கப்பட்டு இருக்க வேண்டும். உயர்தர உணவகங்களில் வேலை செய்யும் தலைமைச் சமையற்காரர்கள், சமைப்பதற்கு முன்பாகவும் சமைத்தப் பின்னரும் தங்களுடைய சமையல் மேடையைத் தூய்மைப்படுத்தி, எல்லாவற்றையும் அதனதன் இடத்தில் நேர்த்தியாக ஒழுங்குபடுத்தி வைப்பர். அதேபோல, நீங்கள் உங்கள் வேலையைத் துவக்குவதற்கு முன்பாக உங்கள் மேசையை முற்றிலுமாக ஒழுங்குபடுத்திக் கொள்ள வேண்டும்.

தங்கள் நிறுவனத்திற்கு மிகச் சிறந்த விளைவுகளைப் பெற்றுக் கொடுக்கின்ற அதிகாரிகள் எப்போதும் தங்கள் மேசையைத் தூய்மையாக வைத்திருப்பதைத் தான் கவனித்துள்ளதாக

மேலாண்மை வல்லுனரான பீட்டர் டிரக்கர் கூறுகிறார். அக்கணத்தில் தாங்கள் செய்து கொண்டிருக்கின்ற வேலை தொடர்பான விஷயங்களைத் தவிர மற்ற எல்லாவற்றையும் அவர்கள் வேறோர் இடத்திற்கு மாற்றிவிடுகின்றனர். அதன் விளைவாக, அவர்களால் தங்கள் வேலையில் அதிகத் தெளிவோடு கவனம் செலுத்த முடிகிறது, ஒரு குறுகிய காலத்தில் அதிகமான வேலைகளைச் செய்து முடிக்க முடிகிறது, தாங்கள் செய்யும் வேலைகள் உயர்ந்த தரம் கொண்டவையாக இருப்பதையும் அவர்களால் உறுதி செய்ய முடிகிறது.

உங்கள் கணினியிலும் சரி அல்லது அலமாரியிலும் சரி, உங்களுடைய ஆவணங்கள் அனைத்தையும் முறையாக அவற்றுக்கான பொருத்தமான கோப்புகளில் போட்டு வையுங்கள். உங்களுடைய தற்போதைய வேலையில் மட்டுமே கவனம் செலுத்துங்கள். முடிந்தவரை, ஒரே ஒரு வேலை மட்டுமே உங்கள்முன் இருக்கும்படி பார்த்துக் கொள்ள முயற்சி செய்யுங்கள்.

ஒவ்வொரு துறையிலும் இருக்கும் உயர்ந்த சாதனையாளர்கள் தங்களுடைய அலுவலத்தில் தங்களுடைய இடத்தையும் மேசையையும் எப்போதும் தூய்மையாகவும் நேர்த்தியாக ஒழுங்கமைத்தும் வைத்துக் கொள்ளுகின்றனர். ஒரு தச்சரையோ அல்லது ஒரு மருத்துவரையோ பற்றி நினைத்துப் பாருங்கள். அவர்கள் நாள் முழுவதும் தங்கள் இடத்தைத் தொடர்ந்து தூய்மைப்படுத்துகின்றனர், மீண்டும் மீண்டும் ஒழுங்கமைக்கின்றனர்.

ஒரு வேலையைத் துவக்குவதற்கு முன்பாக அதற்குத் தேவையான அனைத்தும் உங்களிடம் இருக்கும்படி பார்த்துக் கொள்ளுங்கள். வெற்றுத் தாள்கள், பென்சில்கள், பேனாக்கள், குண்டூசிகள் மற்றும் பிற பொருட்கள் போதிய அளவு எப்போதும் உங்களிடம் இருக்க வேண்டும். நீங்கள் சுலபமாக எடுக்கக்கூடிய விதத்தில் அவை ஒழுங்கமைப்பட்டிருக்க வேண்டும். ஒரு வேலையைத் துவக்கிய பிறகு, இவற்றில் ஏதோ ஒன்று இல்லை என்பதற்காக உங்கள் நாற்காலியைவிட்டு எழுந்து வேறு எங்கோ சென்று அவற்றை வாங்கிக் கொண்டுவந்து, மீண்டும் உங்கள் வேலையைத் துவக்கும்போது உங்கள் கவனம் சிதறிவிடுகிறது, உங்கள் செயற்திறன் குறைந்துவிடுகிறது.

நேர்த்தியான ஒழுங்கமைப்பு உங்கள் உற்பத்தித்திறனை அதிகரிக்கிறது

தங்கள் மேசை முழுக்கப் பல பொருட்கள் சிதறிக் கிடக்கும்போதுதான் தாங்கள் அதிக ஆக்கபூர்வமாக வேலை செய்வதாகப் பலர் நம்புகின்றனர். ஆனால், தாங்கள் தற்போது கையாளுகின்ற ஒரு குறிப்பிட்ட வேலை தொடர்பான விஷயங்கள் மட்டுமே தங்கள் மேசையில் இருக்கும்படி பார்த்துக் கொள்ளும் கட்டாயத்திற்கு அவர்கள் ஆட்படுத்தப்படும்போது, அவர்களுடைய உற்பத்தித்திறன் உடனடியாக இருமடங்கு அதிகரிப்பதாக ஆய்வுகள் தெரிவிக்கின்றன.

குப்பையாக உள்ள மேசைகளில் வேலை செய்கின்ற மக்கள் தங்களுக்குத் தேவையானவற்றைத் தேடுவதில் தினமும் ஏராளமான நேரத்தைச் செலவிடுகின்றனர். ஒரு குப்பையான மேசையை நீங்கள் பார்க்கும்போது, நீங்கள் எதிலும் ஒழுங்கற்றவர் என்று நீங்கள் உங்கள்மீது கொண்டுள்ள அபிப்பிராயத்தை நீங்கள் மீண்டும் உங்கள் ஆழ்மனத்திடம் வலியுறுத்துகிறீர்கள். குப்பையான உங்கள் மேசை உங்கள் கவனத்தைச் சிதறடிக்கிறது, உங்கள் செயற்திறனை மட்டுப்படுத்துகிறது.

முடிவுரை

நேர நிர்வாகமும் சமநிலையும்

நேர நிர்வாகம் பற்றிய இறுதி விஷயம் சமநிலை பற்றியது. உங்கள் வாழ்வில் நீங்கள் நிலைப்படுத்த வேண்டிய இரண்டு விஷயங்கள் நிதானம் மற்றும் சமநிலையாகும். இப்புத்தகத்தில் கொடுக்கப்பட்டுள்ள வழிமுறைகளையும் யோசனைகளையும் உத்திகளையும் நீங்கள் கடைபிடிக்கும்போது, நேரத்தை நிர்வகிப்பதில் நீங்கள் கைதேர்ந்தவராக ஆவீர்கள், உங்கள் குடும்பத்தினருடன் மகிழ்ச்சியாகக் கழிக்கவும் உங்கள் தனிப்பட்ட வாழ்க்கைக்கும் உங்களிடம் அதிக நேரம் இருக்கும்.

அன்றாடம் தாங்கள் செய்யக்கூடிய விஷயங்களின் எண்ணிக்கையை அதிகரித்துக் கொள்ளுவதற்காகவே பலர் நேர நிர்வாகப் பயிற்சி வகுப்புகளில் கலந்து கொள்ளுகின்றனர். ஆனால், "வாழ்க்கையின் வேகத்தைக் கூட்டுவது மட்டுமே வாழ்க்கை அல்ல, அது அதைவிட அதிக அர்த்தம் வாய்ந்தது," என்று ஒரு முதுமொழி இருக்கிறது.

நேர நிர்வாகத் திறமைகளைக் கற்றுக் கொண்டு அவற்றைக் கடைபிடிப்பதன் முக்கிய நோக்கம் உங்கள் வாழ்க்கையின்

ஒட்டுமொத்தத் தரத்தை மேம்படுத்துவதும், நீங்கள் அதிகமான இன்பத்தையும் மகிழ்ச்சியையும் அனுபவிக்க உங்களுக்கு உதவுவதும்தான்.

உங்கள் வாழ்வின் தரம்

உங்கள் வேலை உங்களுக்கு எவ்வளவு பொருத்தமானதாக இருந்தாலும் சரி, மூன்று விஷயங்கள்தான் உங்கள் வாழ்வின் தரத்தைப் பெருமளவு தீர்மானிக்கின்றன. முதலாவது, உங்கள் அகவாழ்க்கையின் தரம். நீங்கள் உங்களுடன் எவ்வளவு தூரம் ஒத்துப் போகிறீர்கள், உங்களை எவ்வளவு தூரம் நேசிக்கிறீர்கள், உங்களுடைய நடத்தையையும் ஆளுமையையும் குறித்து நீங்கள் எவ்வளவு தூரம் நல்லவிதமாக உணருகிறீர்கள் ஆகியவற்றைப் பற்றியது அது. அகவளர்ச்சிக்கு நேரமும் கடந்தகாலத்தைத் திரும்பிப் பார்த்துச் சிந்திப்பதும் முக்கியமாகும். அதோடு, வாழ்வின் மாபெரும் கேள்விகளைப் பற்றிப் படிப்பதும் சிந்திப்பதும்கூட அதற்கு அவசியமாகும்.

இரண்டாவது அம்சம் உங்கள் ஆரோக்கியம். உங்கள் உடல்நலன் மோசமாக இருந்தால் நீங்கள் எவ்வளவு வெற்றிகளைக் குவித்தாலும் அவற்றால் உங்கள் உடல்நலனை ஈடு செய்ய முடியாது. சரிவிகித உணவை உட்கொள்ளுவதற்கும், உடற்பயிற்சி செய்வதற்கும், தேவையான ஓய்வைப் பெறவும், கேளிக்கைகளில் பங்கு கொள்ளவும் நேரம் ஒதுக்கிக் கொள்ளுங்கள். சில சமயங்களில், இரவில் சீக்கிரமாகப் படுக்கச் சென்று நன்றாகத் தூங்குவது உங்கள் நேரத்தின் மிகச் சிறந்த பயன்பாடாக இருக்கிறது.

இறுதியாக, உங்கள் உறவுகளுக்கு நேரம் ஒதுக்கிக் கொள்ளுங்கள். இதுதான் எல்லாவற்றையும்விட அதிக முக்கியமானது. நீங்கள் யார்மீது அக்கறை கொண்டுள்ளீர்களோ, யார் உங்கள்மீது அக்கறை கொண்டிருக்கிறார்களோ, அவர்கள்தான் உங்கள் வாழ்வில் உங்களுக்கு மிகவும் முக்கியமானவர்கள் ஆவர். உங்கள் வாழ்க்கைத்துணைவர், குழந்தைகள், நெருங்கிய நண்பர்கள் ஆகியோருடனான உறவுகளை உதாசீனம் செய்யும் அளவுக்கு நீங்கள் உங்கள் தொழில்வாழ்க்கையில் ஒருபோதும் மூழ்கிவிடக்கூடாது.

சமநிலையில் இருக்கும் ஒரு வாழ்க்கைதான் ஒரு மாபெரும் வாழ்க்கையாகும். உங்கள் உறவுகளின் தரத்தை மேம்படுத்திக் கொள்ளவும் அதைத் தக்கவைத்துக் கொள்ளவும் போதுமான நேரத்தை நீங்கள் செலவிட்டால், உங்கள் வேலையிலிருந்து அதிக மகிழ்ச்சியையும் மனநிறைவையும் நீங்கள் பெறுவீர்கள். அப்போது நீங்கள் வெற்றியைச் சுவைப்பீர்கள்.

இந்நூலில் கொடுக்கப்பட்டுள்ள யோசனைகளை நீங்கள் உங்கள் வாழ்வின் ஒவ்வொரு பகுதியிலும் பயன்படுத்தி வெற்றி காண உங்களுக்கு என் நெஞ்சார்ந்த வாழ்த்துக்கள்!

நாகலட்சுமி சண்முகம்

நாகலட்சுமி ஒரு மிகச் சிறந்த ஊக்குவிப்புப் பேச்சாளர். அமெரிக்காவின் தலைசிறந்த பேச்சாளர்களில் ஒருவரும், 'சிக்கன் சூப் ஃபார் த சோல்' புத்தக வரிசையை உருவாக்கியவருமான ஜாக் கேன்ஃபீல்டின் 'வெற்றிக் கொள்கைகள்' பயிலரங்கை நடத்துவதற்கு அவரிடம் நேரடியாகப் பயிற்சி பெற்றவர் இவர்.

இவர் ஒரு சிறந்த மொழிபெயர்ப்பாளரும்கூட. கடந்த ஏழு ஆண்டுகளில் எழுபதுக்கும் மேற்பட்ட நூல்கள் இவருடைய மொழிபெயர்ப்பில் வெளிவந்துள்ளன. இவருடைய மொழிபெயர்ப்புக்குக் கிடைத்துள்ள அங்கீகாரங்களில் 2014ல் திருப்பூர் தமிழ்ச் சங்கம் அளித்த 'தமிழ் மொழிபெயர்ப்புத் துறைக்கான சிறப்பு விருதும்,' இவர் மொழிபெயர்த்த 'இறுதிச் சொற்பொழிவு' நூலுக்கு 2014ல் வழங்கப்பட்ட 'நல்லி திசை எட்டும் மொழியாக்க விருதும்' அடங்கும். 2017 மே மாதம் தமிழக அரசு சிறந்த மொழிபெயர்ப்பாளருக்கான விருதை நாகலட்சுமிக்கு வழங்கி கௌரவித்துள்ளது.

தமிழ் நாடகத் துறையின் முன்னோடி மேதைகளான டி.கே.எஸ். சகோதரர்களில் ஒருவரான திரு. முத்துசாமி அவர்களின் பேத்திகளில் ஒருவர் இவர். இவர் தற்போது தன் கணவருடனும் தன் குழந்தைகள் இருவருடனும் மும்பையில் வசித்து வருகிறார்.

தம்பதியருக்கு இடையேயான உறவுகளை மேம்படுத்துவதற்கு உதவும் இவரது முதல் சுயபடைப்பான 'மாயாஜாலமான மணவாழ்க்கை - மறந்து போன ரகசியங்கள்' என்ற நூல் சமீபத்தில் வெளியாகிப் பெரும் பாராட்டுக்களைப் பெற்றுள்ளது.

பிரையன் டிரேசி

உலகில் இன்று தலைசிறந்த வியாபாரப் பேச்சாளர்களில் ஒருவராகத் திகழ்பவர் பிரையன் டிரேசி. 75 நாடுகளைச் சேர்ந்த 1,000க்கும் அதிகமான பெருநிறுவனங்களுக்கும் 10,000க்கும் அதிகமான சிறிய மற்றும் நடுத்தர நிறுவனங்களுக்கும் தலைமைத்துவம், மேலாண்மை, விற்பனை, வியாபார மாதிரி மறுசீரமைப்பு, லாப மேம்பாடு ஆகிய விஷயங்களில் பல கருத்தரங்குகளை அவர் வடிவமைத்து வழங்கியுள்ளார்.

உலகம் நெடுகிலும் 5,000க்கும் அதிகமான சொற்பொழிவுகளை அவர் ஆற்றியுள்ளார். இதை 50,00,000க்கும் அதிகமானோர் கேட்டுள்ளனர். அவர் தற்போது ஒவ்வோர் ஆண்டும் 2,50,000 மக்களிடையே உரையாற்றி வருகிறார். அவர் உருவாக்கியுள்ள சுவாரசியமான, காணொளி சார்ந்த பயிற்சி வகுப்புகள் 38 நாடுகளில் கற்றுக் கொடுக்கப்படுகின்றன.

பிரையன் டிரேசி ஒரு வெற்றிகரமான நூலாசிரியர். அவர் 80க்கும் அதிகமான நூல்களை எழுதியுள்ளார். அவை 42க்கும் அதிகமான மொழிகளில் மொழிபெயர்க்கப்பட்டு இருக்கின்றன. அவருடைய விண்ணளவு சாதனை, சிந்தனையை மாற்றுங்கள் வாழ்க்கையை மாற்றுங்கள், சாக்குப்போக்குகளை விட்டொழியுங்கள், இலக்குகள், காலை எழுந்தவுடன் தவளை ஆகிய சில நூல்கள் தமிழில் மொழிபெயர்க்கப்பட்டு வெளிவந்துள்ளன.

பிரையன் டிரேசி இன்டர்நேஷனல் என்ற நிறுவனத்தின் தலைவர் அவர். அவர் தன் மனைவியுடன் கலிபோர்னியாவில் சொலானா பீச் நகரில் வசித்து வருகிறார். அவருக்கு நான்கு குழந்தைகளும் ஐந்து பேரக்குழந்தைகளும் உள்ளனர்.